한국인을 위한

베트남어 길잡이 ❷

한국인을 위한

베트남어 길잡이 2

송정남 편저

HUiNE

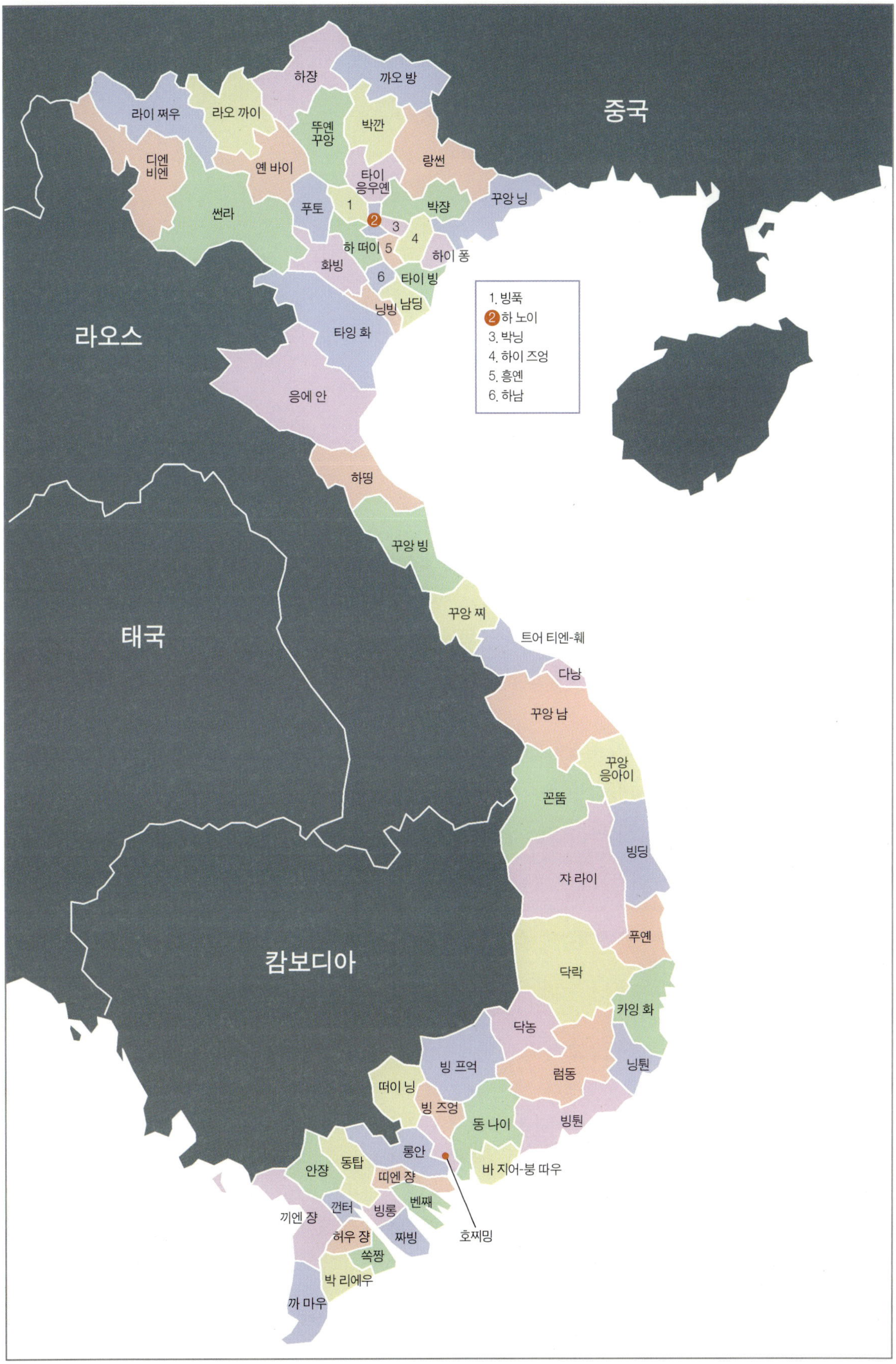
중국
라오스
태국
캄보디아
하장
까오 방
라이 쩌우
라오 까이
뚜옌 꾸앙
박깐
디엔 비엔
옌 바이
랑썬
타이 응우옌
썬라
푸토
1
박장
꾸앙 닝
2
3
4
하 떠이 5
하이 퐁
화빙
6
타이 빙
닝빙
남딩
타잉 화
1. 빙푹
2 하 노이
3. 박닝
4. 하이 즈엉
5. 흥옌
6. 하남
응에 안
하띵
꾸앙 빙
꾸앙 찌
트어 티엔-훼
다낭
꾸앙 남
꾸앙 응아이
꼰뚬
빙딩
쟈 라이
푸옌
닥락
카잉 화
닥농
빙 프억
럼동
닝퉌
떠이 닝
빙 즈엉
동 나이
빙퉌
롱안
바 지어-붕 따우
안장
동탑
띠엔 장
벤째
끼엔 쟝
껀터
빙롱
호찌밍
허우 장
짜빙
쏙짱
박 리에우
까 마우

개정판에 즈음하여

"한국인을 위한 베트남어 길잡이"가 2010년에 초판이 발행된 이후 지금까지 2판이 발행되었다. 국내에서 베트남어는 다른 여러 특수 언어에 비하여 보다 생소한 언어이다. 이 같은 국내의 실정에도 불구하고 "한국인을 위한 베트남어 길잡이"가 꾸준한 수요를 유지할 수 있었던 것은 그동안 독자들로부터 많은 관심과 사랑을 받았기 때문이라고 본다.

"한국인을 위한 베트남어 길잡이"는 "한국인을 위한 베트남어 회화"와는 달리 베트남어 문법과 독해서이다. 이를 위해 자세한 문법해설과 다양한 예문 및 단어 그리고 과별학습에 근거한 지문으로 체계화시켰다.

그동안 장기 활용기간에 드러났던 문제점들과 아쉬움, 그리고 독자들의 유익한 지적들을 받아들여 "한국인을 위한 베트남어 길잡이"의 개정판을 내게 되었다. 개정판 2쇄는 다음과 같은 특징을 갖는다.

첫째, 내용을 보다 자연스럽고 상황에 맞게 대폭 수정·보완하였다. 둘째, 지문에 맞는 삽화를 넣어 내용의 생동감을 더했다. 셋째, 문법 해설을 보다 구체화하여 독자의 이해를 높였다. 넷째, 과마다 출제된 문제의 해답을 부록에 넣었다. 다섯째, 베트남어의 어음체계와 문자표, 그리고 베트남어 문법의 몇 가지 기본 특징을 다루었다.

주지하듯이 베트남어는 2014년도 대학입시에서 제2외국어 과목이 되었다. 보도에 의하면 3만 여 명에 가까운 수험생이 베트남어를 선택했다고 한다. 여기에는 “처음 시행된다는 것 때문에 다른 제2외국어에 비하여 더 좋은 등급을 받을 수 있을 것이다.”라는 수험생들의 기대감이 크게 작용했다고 본다. 그러나 지금까지 꾸준하게 증가하고 있는 국내의 베트남어 수요를 간과할 수 없을 것이다. 베트남 투자 한국 기업과 베트남 거주 한국인이 각각 5000여 개와 15만 명을 넘는 현실이 이를 입증한다.

“한국인을 위한 베트남어 길잡이”는 베트남어를 배우려는 국내의 모든 한국인들을 위해 위해 쓰여졌다. 이 책은 초급부터 고급까지 모두 3권으로 구성되었다. 3권은 조만간에 출간될 예정이다.

어떻든 이번에 발행되는 개정판 2쇄가 베트남어를 배우고자하는 국내의 모든 이들에게 크게 도움이 되었으면 한다. 수정·보완되었다고 하지만 완벽할 수는 없다. 따라서 미흡한 부분들은 독자들의 비평과 충고를 받아들여 차후에 또 수정·보완할 예정이다.

2014년 8월

송정남

Contents

Bài 01

Cửa hàng đông người

가게에는 사람이 많습니다.

Câu mẫu (문형)

1 수량을 나타내는 단어: "**nhiều, ít, đầy, đủ, đông, vắng, thiếu, thừa** …"
2 "…**tuy** …**nhưng** …" 활용법
3 결과를 나타내는 "**được**" 활용법

A

1. Anh ấy ít tiền.
2. Chị Hương thiếu sách.
3. Đường phố nhiều ô tô.
4. Người anh ấy đầy mồ hôi.
5. Cửa hàng đông khách.
6. Anh Dũng thừa tiền.
7. Cuộc họp đã đủ người.
8. Chợ rất vắng người.

B

1. Tuy đường xa nhưng anh ấy vẫn đến thăm chúng tôi.
2. Tuy tiếng Việt khó nhưng tôi vẫn thích học.
3. Mặc dù không có nhiều tài nguyên thiên nhiên nhưng Hàn Quốc có nền kinh tế phát triển.
4. Mặc dù là người nước ngoài nhưng anh ấy nói tiếng Việt rất tốt.
5. Tuy đêm đã khuya nhưng chị ấy vẫn học bài.
6. Tuy bị ốm nhưng chị ấy vẫn lên lớp.
7. Mặc dù gặp rất nhiều khó khăn nhưng chị ấy vẫn không buồn.
8. Mặc dù đã nhiều tuổi nhưng anh ấy vẫn chưa có gia đình.

C

1. Hôm qua tôi nhận được thư của anh trai tôi.
2. Chúng tôi vừa mới mua được từ điển mới.
3. Chúng tôi đã học được nhiều kinh nghiệm quý báu của anh ấy.
4. Năm nay chúng tôi thu hoạch được một vụ lúa tốt.
5. Chúng tôi đã học được nhiều từ mới.
6. Chị ấy đã đọc được truyện ngắn bằng tiếng Việt.
7. Tôi đã làm được ba bài tập khó.

Từ vựng (어휘)

vắng	비어있는	thiếu	(少) 적은, 부족한
đông	많은, 붐비는	thừa	남는
đầy	충분한, 가득찬	đủ	충분한
kinh nghiệm	(經驗) 경험	quý báu	귀중한
đường phố	도로, 길	thăm	방문하다
đường	1.도로 2.설탕	mồ hôi	땀
vụ lúa	벼수확(기작)	thu hoạch	(收穫) 수확하다
chợ	시장	từ	1. …부터(전치사) 2.단어
cửa hàng	가게	truyện ngắn	짧은 이야기, 단편소설
cuộc họp	(合) 회합, 회의, 만남	có (gia đình)	(家庭) 가정이 있다, 혼인하다
học (học tập)	(學習) 학습	khó khăn	어려운

Ngữ pháp (문법)

A 술부를 만드는 양을 나타내는 형용사

문형은 "DT1 + TT(양을 나타내는 형용사) + DT2" 형태이다.

B "Tuy …"는 두 개의 명제를 연결할 때 쓴다. 이 문형에서 두개의 명제는 순리와 비순리의 대립적 의미 관계가 성립한다. 명제1은 순리적인 의미를, 명제2는 비순리적인 의미를 나타낸다.

Ví dụ 문형은 "**Tuy** + 명제1(순리) + **nhưng** + 명제2(비순리)" 형태이다.

"**Tuy**" 대신에 "**mặc dù**"를 쓸 수 있다. "**Nhưng**" 대신에 "**mà**"를 쓸 수 있다. 만약 명제1의 주어와 명제2의 주어가 같은 경우, 그 중 하나를 생략할 수 있다.

C 주체의 동작에 대한 완성, 결과의 의미로 쓰인 "**được**". 이때 "**được**"은 "**đã + được**" 혹은 "**đã + được** + **rồi**" 형태로 쓸 수 있다.

Bài đọc cơ bản (기본독해)

Thầy thuốc như mẹ hiền

Hải Thượng Lãn Ông, tên thật là Lê Hữu Trác, là một thầy thuốc nổi tiếng của Việt Nam vào thế kỉ XVIII. Ông không chỉ tài năng mà còn giàu lòng nhân ái.

Có lần, một gia đình đánh cá có đứa con nhỏ bị bệnh đậu mùa nặng, nhưng nhà nghèo, không có tiền chữa. Ông biết tin bèn đến thăm. Giữa mùa hè nóng nực, cháu bé nằm trong chiếc thuyền nhỏ hẹp, người đầy mụn mủ, mùi hôi bốc lên nồng nặc. Nhưng ông vẫn không ngại khổ. Ông ân cần chăm sóc đứa bé suốt một tháng trời và chữa khỏi bệnh cho nó. Khi từ giã gia đình cháu bé, ông không những không lấy tiền mà còn cho thêm gạo, củi.

Một lần khác, có một người phụ nữ được ông cho thuốc và giảm bệnh. Nhưng rồi bệnh tái phát, người chồng đến xin đơn thuốc mới. Lúc ấy, trời đã khuya nên ông hẹn hôm sau đến khám kĩ mới cho thuốc. Hôm sau, ông đến thì được tin người chồng đã lấy thuốc khác, nhưng không cứu được vợ. Hải Thượng Lãn Ông rất hối hận. Ông viết trong sổ ghi chép của mình: "Tuy người bệnh chết là do thầy thuốc khác, nhưng về tình thì tôi như mắc phải tội giết người. Càng nghĩ càng hối hận."

Là thầy thuốc nổi tiếng, ông nhiều lần được vua mời vào cung chữa bệnh và được tiến cử vào chức ngự y (chức quan chuyên việc chữa bệnh cho vua), song ông đã khéo léo từ chối. Hải Thượng Lãn Ông được người dân Việt Nam rất kính trọng.

Từ vựng 2

thầy thuốc	의사(=bác sĩ)	lòng nhân ái	(仁愛) 사랑하는 마음
danh lợi	(名利) 명예와 이익	bệnh đậu mùa	천연두
mụn mủ	종기(소포, 농포)	mùi hôi	더러운 냄새
bốc lên	퍼지다, 진동하다	nồng nặc	찌는듯이 더운
ân cần	(慇懃) 은근한	chăm sóc	돌보다
từ giã	인사하다, 작별인사하다	củi	땔감, 장작
cho thuốc	약을 주다	tái phát	(再發) 재발하다
đơn thuốc	처방전	cứu	(救) 구원하다
hối hận	(悔恨) 후회하다	sổ ghi chép	수첩
mắc phải	…을 지다	tội	(罪) 죄
giết	죽이다	vua	왕
cung	(宮) 궁전	tiến cử	(薦擧) 천거하다
ngự y	(御醫) 어의	khéo léo	지혜롭게, 능숙하게
từ chối	거절하다		

Bài tập (연습)

1. 아래 문장의 문법성분을 분석하시오.

1) Sau khi tốt nghiệp, nhiều sinh viên Khoa Tiếng Việt tìm được việc làm thích hợp.

2) Khi còn là sinh viên, tuy gia đình rất nghèo nhưng bạn tôi vẫn học rất giỏi.

3) Vì bị ốm nên anh ấy phải nghỉ học một tuần.

2. 아래 단어들의 반의어를 쓰시오.

vắng	đúng	nghèo
thiếu	đầy	đầu tiên

3. 아래 질문에 대하여 기울임꼴의 의미대로 대답하시오.

1) Anh ấy có thiếu tiền không? – *Anh ấy không thiếu tiền.*

2) Chị Bình có nhiều bạn không? – *Chị Bình không nhiều bạn.*

3) Bài này có nhiều từ mới không? – *Bài này không nhiều từ mới.*

4) Ngoài phố có đông người không? – *Ngoài phố không đông người.*

5) Cốc có đầy nước không? – *Cốc không đầy nước.*

6) Anh có thừa tiền không? – *Tôi không thừa tiền.*

7) Cuộc họp đã đủ người chưa? – *Cuộc họp chưa đủ người.*

8) Chợ có vắng người không? – *Chợ không vắng người.*

4. "**Bài đọc cơ bản**"을 참조하여 아래 질문에 대답하시오.

1) Hải Thượng Lãn Ông sống vào thời nào?

2) Những chi tiết nào trong bài cho biết ông là một thầy thuốc tài năng?

3) Những chi tiết nào trong bài cho biết ông là một thầy thuốc giàu lòng nhân ái?

4) Vì sao ông hối hận khi một bệnh nhân bị chết?

5) Ở Hàn Quốc thời xưa cũng có một vị thầy thuốc nổi tiếng như thế. Bạn biết gì về vị thầy thuốc ấy?

문제풀이

1. Lựa chọn từ thích hợp, điền vào chỗ trống:

– ______ tiếng Việt khó nhưng chúng tôi vẫn cố gắng học.

① Mặc dù ② Tuy

③ Vì ④ Nên

2. Lựa chọn từ thích hợp nhất, hoàn thiện câu:

– Cuộc họp đã đủ người chưa?

– Chưa đủ, còn ______ 3 người nữa.

① vắng ② thiếu

③ thừa ④ khuyết

3. Tìm từ trái nghĩa với từ gạch dưới trong câu:

– Chị ấy vừa mới đưa cho tôi một cốc nước đầy.

① thừa ② đủ

③ vơi ④ thiếu

4. Lựa chọn câu trả lời tương ứng với câu hỏi dưới đây:

– Bài học này có nhiều từ mới không?

– ______

① Có. Bài học này có rất nhiều từ mới.

② Có. Bài học này rât nhiều từ mới.

③ Có. Bài học này có khá nhiều từ mới.

④ Có. Bài học này có hơi nhiều từ mới.

5. Lựa chọn câu hỏi tương ứng với câu trả lời dưới đây:

–

– Chưa, chiều qua tôi vẫn chưa mua được từ điển.

① Chiều qua, anh có mua từ điển không?

② Chiều qua, anh đã mua được từ điển chưa?

③ Chiều qua, anh có đi mua từ điển không?

④ Chiều qua, anh đã mua được từ điển rồi phải không?

6. Tìm và lựa chọn câu gần nghĩa nhất với câu dưới đây:

– Chị ấy đã đọc được một số truyện ngắn bằng tiếng Việt.

① Chị ấy đã có thể đọc một số truyện ngắn bằng tiếng Việt.

② Chị ấy có khả năng đọc được một số truyện ngắn bằng tiếng Việt.

③ Chị ấy có điều kiện để đọc một số truyện ngắn bằng tiếng Việt.

④ Chị ấy đã có đủ mọi thứ để đọc một số truyện ngắn bằng tiếng Việt.

7. Tìm cụm từ gần nghĩa với cụm từ gạch dưới:

– Bác phải quét tuyết trong một trường học để lấy tiền sống và hoạt động cách mạng.

① tiết kiệm tiền ② tích trữ tiền

③ kiếm tiền ④ tìm tiền

8. Tìm cụm từ gần nghĩa với cụm từ gạch dưới:

– Trần Phú là con của một gia đình nghèo. Hồi nhỏ, anh học ở Huế.

① Hồi bé ② Lúc nhỏ

③ Lúc bé ④ Hồi ấu thơ

9. *Sắp xếp các từ, cụm từ sau thành câu đúng ngữ pháp:*

– đông/ đêm/ mặc dù/ đã khuya/ nhưng/ vẫn/ ngoài phố/ người.

① Nhưng ngoài phố vẫn đông người mặc dù đêm đã khuya.

② Mặc dù đêm đã khuya nhưng người vẫn ngoài phố đông.

③ Mặc dù đêm đã khuya nhưng ngoài phố vẫn đông người.

④ Mặc dù đêm đã khuya nhưng đông vẫn người ngoài phố.

10. *Lựa chọn cụm từ gần nghĩa thay thế cụm từ gạch dưới:*

– Ở trong tù, tuy bị tra tấn dã man nhưng Trần Phú vẫn đấu tranh với kẻ thù một cách rất kiên quyết.

① đấu tranh rất kiên quyết một cách với kẻ thù.

② rất kiên quyết đấu tranh với kẻ thù.

③ một cách rất kiên quyết đấu tranh với kẻ thù.

④ đấu tranh rất một cách kiên quyết với kẻ thù.

Bản ghi nhớ

Bài 02

Trời sắp mưa

비가 곧 올 것이다

Câu mẫu (문형)

1 "**Sắp**" 활용법
2 "**Xong**" 활용법
3 "**À**"를 활용한 의문문

A

1. Trời sắp mưa.
2. Mùa đông sắp qua.
3. Chị Diệu Thuý sắp đến.
4. Máy bay sắp hạ cánh xuống sân bay.
5. Cuộc mít tinh sắp kết thúc rồi.
6. Cuộc họp sắp kết thúc rồi.
7. Bài học sắp hết rồi.
8. Giờ nghỉ cũng sắp hết rồi.

B

1. Tôi đã học xong năm thứ nhất ở Khoa Tiếng Việt.
2. Chị đã viết xong thư cho gia đình chưa?
3. Tôi chưa viết xong.
4. Anh đã làm xong tất cả các bài tập chưa?
5. Tôi làm xong rồi.
6. Chúng tôi vừa ăn cơm xong.
7. Chị ấy vừa giặt quần áo xong.

8. Anh Hùng chưa dịch xong bài báo ấy.

9. Chị ấy nấu cơm đã xong chưa?

10. Chị ấy nấu cơm xong rồi.

C

1. Anh làm gì thế?	– Tôi học bài.
2. Anh học bài à?	– Vâng (ừ), tôi học bài.
3. Anh đi đâu?	– Tôi đi thư viện.
4. Anh đi thư viện à?	– Không, tôi đến bưu điện.
5. Chị đi chơi à?	– Không, tôi đi mua sách.
6. Chị cần mua sách à?	– Vâng (ừ), tôi muốn mua sách mới.
7. Cô ấy là người yêu của anh à?	– Không phải. Đấy là bạn tôi.
8. Anh làm xong bài tập rồi à?	– Chưa xong. Nhưng nghỉ một lát.
9. Anh có khách à?	– Vâng (ừ). Đây là bác sĩ Khánh Chi. Chúng tôi mới quen nhau.

Từ vựng (어휘)

bài báo	(報) 신문기사	một lát	잠시 후
cuộc họp	(合) 회의	nấu	요리하다
cuộc mít tinh	모임	kết thúc	(結束) 종결하다
giặt	빨다	nhầm	잘못 인식(이해)하다, 착각하다
giờ nghỉ	쉬는시간	quần áo	의복, 옷
hạ cánh	비행기가 착륙하다	quen	사귀다, 익숙하다, 알다
khách	(客) 손님	sân bay	공항
khai mạc	(開幕) 개막하다	sắp	곧

Ngữ pháp (문법)

A "**Sắp**" 은 말할 당시 아주 가까운 미래에 발생할 주체의 동작을 표현할 때 쓴다. "**sẽ**"는 좀더 먼 미래를 의미한다.

의문문의 형태로는 "**sắp … chưa**", 대답의 형태로는 "**… sắp … rồi**" 형태를 갖는다.

Ví dụ
- Chị ấy sắp đến chưa?
- Chị ấy sắp đến rồi.
- Chưa, chị ấy chưa đến.

B "**Xong**"은 주체의 동작이 완성되었다는 의미를 강조하기 위하여 쓰이며 동사 다음에 온다. 사용상의 몇 가지 주의점으로 첫째, 동사 다음에 "xong"이 올 경우 완성의 의미를 강조하기 위하여 동사 앞에 "**đã**"를 쓸 수 있다.

둘째, 구어체에서는 "**đã**"를 생략하며 "xong" 다음에 "**rồi**"를 쓴다.

Ví dụ Tôi làm xong rồi.

셋째, 만약 동사가 명사를 갖는 경우 "**xong**" 위치는 아래 예문과 같이 두 가지 형태로 쓸 수 있다.

Ví dụ
– Anh Hùng chưa dịch xong bài báo ấy.
– Chúng tôi vừa ăn cơm xong.
– Chị ấy vừa giặt quần áo xong.

넷째, 의문문은 다음과 같이 두가지 형태로 쓸 수 있다.

a) … (đã) … xong … chưa?
b) … (đã) xong chưa?

이 같은 형태의 의문문에 대한 대답은 "… **xong rồi**", "(**đã**) … **xong** … **rồi**", "**chưa** … **xong**", "… **chưa xong**" 형태가 있다.

C "**À**"는 그 어떤 현상이나 사물에 대하여 확실치 않는 것을 무를 때, 혹은 자신의 의견을 강조하고자 할 때 쓰는 의문문이다. 문형은 "평서문 + **à**?" 형태이다.

Bài đọc cơ bản (기본독해)

Thư gửi bạn

Anh Jun–hee thân mến!

Tôi đã nhận được thư của anh. Vì bận nên tôi chưa viết thư ngay cho anh được. Mong anh thông cảm cho tôi!

Tuy sống ở đây, nhưng tôi vẫn nhớ quê hương, nhớ gia đình, bạn bè.

Tôi đã sống và học tập ở Việt Nam sáu tháng rồi. Tôi chưa hoàn toàn quen với hoàn cảnh mới. Tuy vậy, tôi cảm thấy cuộc sống ở đây rất dễ chịu. Tôi đang học tiếng Việt ở Khoa Tiếng Việt, Trường Đại học Khoa học Xã hội và Nhân văn Hà Nội. Tôi đã học xong một học kỳ. Tôi sắp bước sang học kỳ thứ hai của năm thứ nhất. Tôi đã có thể nói được một ít bằng tiếng Việt. Tôi hy vọng học xong năm thứ nhất, tôi sẽ nói được nhiều, viết được nhiều bằng thứ tiếng rất thú vị này.

Ở khoa này có sinh viên của nhiều nước. Mặc dù khác nhau về dân tộc, cách sống, tính tình, nhưng chúng tôi vẫn sống vui vẻ như anh em trong một gia đình. Chúng tôi lại sắp có bạn mới. Xin kể anh nghe sinh hoạt hàng ngày của tôi.

Buổi sáng tôi lên lớp. Buổi chiều, tôi tự học. Buổi tối, ăn cơm xong, tôi có thể đi chơi, đến câu lạc bộ, đi xem kịch, xem phim, nghe ca nhạc. Tôi đã được xem nhiều phim Việt Nam. Do đó, tôi biết nhiều hơn về nhân dân và đất nước này. Chủ nhật, tôi đi dạo chơi, ngắm cảnh đẹp, tham quan các di tích lịch sử và công trình văn hóa ở thủ đô Hà Nội. Hà Nội tuy không rộng nhưng rất đẹp. Thành phố mang màu xanh của cây cối. Cây và hoa trồng khắp nơi. Tấm ảnh mà tôi gửi cùng với thư này là cảnh Hồ Gươm xinh đẹp. Các bạn Việt Nam đối với tôi rất tốt. Tôi cảm thấy gần gũi với đất nước và con người ở đây.

Anh đang nghỉ đông à? Anh sắp trở lại trường chưa?

Chúc anh khỏe, vui và học tập tốt.

Thân,

Jae–won

Từ vựng 2

đối xử	(對處) 대처하다	màu xanh	푸른색
bận	바쁜	mong	원하다
cách sống	생활방식	lịch sử	(歷史) 역사
công trình văn hóa	(工程文化) 문화재	ngay	바로, 지금
cảnh đẹp	(景) 아름다운 경치	nghỉ đông	(冬) 겨울방학
ca nhạc	(歌樂) 음악	nhớ	기억하다
chúc	(祝) 축원하다, 소원하다, 바라다	quê hương	(鄉) 고향
dân tộc	(民族) 민족	quen	사귀다, 익숙하다
di tích	(遺跡) 유적	sinh hoạt	(生活) 생활
do đó	그 때문에	thú vị	(趣味) 흥미로운
hoàn cảnh	(環境) 환경,정세,상황	thích	(適·釋) 좋아하다
hoàn toàn	(完全) 완전	tính tình	(性情) 성격
hy vọng	(希望) 희망하다	trồng	심다
khắp nơi	도처		

Bài tập (연습)

1. 보기처럼 "sắp"을 이용한 형태의 문장으로 만드시오.

Ví dụ Máy bay sẽ cất cánh. ⇒ Máy bay sắp cất cánh.

1) Mùa xuân sẽ đến.

2) Giờ học sẽ bắt đầu.

3) Tôi sẽ xuất phát.

4) Thầy giáo sẽ đến.

5) Trời sẽ tạnh mưa.

6) Chúng tôi sẽ đi ăn cơm.

7) Anh ấy sẽ đi ngủ.

2. 아래 문장을 보기처럼 바꾸시오.

Ví dụ Bạn tôi sắp đến. ⇒ Bạn anh sắp đến chưa?

1) Giờ học sắp bắt đầu.

2) Tôi sắp đi bưu điện.

3) Thư viện sắp đóng cửa.

4) Trời sắp tối.

5) Mưa sắp tạnh.

6) Mặt trời sắp lặn.

7) Xe lửa sắp khởi hành.

8) Trăng sắp mọc.

3. 아래 문장을 "… **đã** … **xong** … **chưa**" 혹은 "… **xong** … **chưa**?"를 이용하여 보기와 같은 형태의 문장으로 바꾸시오.

Ví dụ Anh Bưu đọc báo. ⇒ Anh Bưu đã đọc báo xong chưa?
⇒ Anh Bưu đọc xong báo chưa?

1) Chị Hòa nấu cơm.

2) Cô Hiền may áo.

3) Anh Khang chữa xe đạp.

4) Họa sĩ vẽ tranh.

5) Công nhân xây nhà mới.

6) Chúng tôi làm vườn hoa.

7) Chị Hồng trồng cây.

8) Nông dân gặt lúa.

9) Chị Liên tiếp khách.

아래 질문에 긍정 혹은 부정형 형태로 대답하시오.

1) Anh là người Việt Nam à?

2) Chị là sinh viên à?

3) Chị muốn mua từ điển à?

4) Anh không lên lớp à?

5) Anh biết tiếng Tây Ban Nha à?

6) Chị là bạn của anh Bình à?

7) Hôm nay chúng ta học bài 17 à?

5. 아래 문장의 문법성분을 분석하시오.

1) Vì bận nên tôi chưa viết thư ngay cho anh được.

2) Mặc dầu khác nhau về dân tộc, tiếng nói, cách sống, tính tình, nhưng chúng tôi sống rất vui vẻ như anh em trong một gia đình.

문제풀이

1. Lựa chọn từ, ngữ thích hợp, điền vào chỗ trống:

– Hết giờ. Thư viện ________ Mọi người ra về.

① mở cửa ② đóng cửa

③ trả sách ④ cho mượn sách

2. Lựa chọn từ thích hợp hoàn thiện câu:

– Xin lỗi, vì bị ________ xe buýt nên tôi đến muộn.

① quên ② nhỡ

③ lỡ ④ nhầm

3. Lựa chọn từ, ngữ thích hợp hoàn thiện câu:

– Chị cho hỏi, ông giám đốc đã đến chưa?

– Dạ chưa, nhưng có lẽ ________ anh ạ.

① sắp tới rồi ② sắp đến rồi

③ tới nơi rồi ④ đã tới rồi

4. Lựa chọn câu hỏi tương ứng với câu trả lời dưới đây:

– ________

– Vâng, chị ấy vừa mới đến thăm tôi.

① Chị ấy có đến thăm anh không? ② Chị ấy không đến thăm anh à?

③ Chị ấy vừa đến thăm anh à? ④ Chị ấy đã đến thăm anh chưa?

5. Lựa chọn từ phù hợp nhất hoàn thiện câu:

– “Xe lửa sắp ________ Đề nghị hành khách nhanh chóng ổn định chỗ ngồi.

① đi ② cất cánh
③ khởi hành ④ chuyển động

6. Lựa chọn câu trả lời tương ứng với câu hỏi dưới đây:

– Máy bay đã sắp hạ cánh chưa?

– ________

① Có. Máy bay sắp hạ cánh rồi
② Vâng. Máy bay sắp hạ cánh rồi.
③ Rồi. Máy bay chưa hạ cánh.
④ Sắp. Máy bay sắp hạ cánh rồi?

7. Tìm câu hỏi gần nghĩa với câu hỏi gạch dưới:

– Các chị đã dịch xong bài này chưa?

– Rồi. Chúng tôi vừa mới dịch xong bài này.

① Các chị có dịch bài này không?
② Các chị dịch xong bài này rồi à?
③ Các chị vừa dịch bài này phải không?
④ Các chị đã dịch bài này xong chưa?

8. Tìm từ trái nghĩa với từ gạch dưới trong câu:

– Mặc dầu khác nhau về dân tộc, tiếng nói, cách sống, tính tình, nhưng chúng tôi sống rất vui vẻ như anh em trong một gia đình.

① tương tự nhau ② giống nhau
③ tựa nhau ④ tương đương nhau

9. *Tìm từ gần nghĩa với từ gạch dưới trong câu:*

– Chủ nhật này Khoa tôi sẽ tổ chức lễ tiếp đón các sinh viên mới.

① chúc mừng	② chào đón
③ vinh danh	④ tri ân

10. *Sắp xếp các từ, cụm từ sau thành câu đúng ngữ pháp:*

– ở / mặt trời / phía Đông / mọc / và / ở / phía Tây / lặn.

① Mặt trời mọc ở phía Tây và lặn ở phía Đông.
② Mặt trời ở phía Tây mọc và lặn ở phía Đông.
③ Mặt trời mọc ở phía Đông và lặn ở phía Tây.
④ Mặt trời ở phía Đông mọc và lặn ở phía Tây.

Bài 03

Chiều nay tôi lại đi thư viện

오후에 나는 또 도서관에 간다

Câu mẫu (문형)

1 "**Lại**" 활용법
2 "**Ở**" 활용법
3 "**Đi** + **DT** + **về**" 형태의 문형

A

1. Hôm nay tôi lại nhận được thư của gia đình.
2. Tối hôm qua chúng tôi lại đi xem phim.
3. Chiều nay chị Thư lại đi thư viện.
4. Tôi lại quên mất nghĩa của từ này rồi.
5. Trời lại sắp mưa rồi.
6. Chúng tôi sẽ lại gặp nhau ở thủ đô.
7. Chúng tôi lại sắp xa nhau rồi.
8. Tết lại đến rồi.
9. Cô ấy lại hát rồi.

B

1. Tôi đang đọc lại bài đọc cơ bản.
2. Chị Hòa đã dịch lại bài hội thoại rồi.
3. Cô ấy sắp hát lại bài "Sài Gòn đẹp lắm".

4. Anh ấy sẽ đọc lại cuốn tiểu thuyết "Nỗi buồn chiến tranh".
5. Thầy giáo sắp kể lại câu chuyện ấy.
6. Cô giáo bảo tôi đọc lại bài thơ ấy.
7. Nhân dân Việt Nam đang xây dựng lại đất nước mình.
8. Yêu cầu chị phát âm lại từ "lại".

C

1. Anh Bảo đi thư viện về.
2. Chị Bình đi đâu về?
3. Chị ấy đi Hà Bắc về.
4. Bác sĩ ở bệnh viện sắp về rồi.
5. Chúng tôi ở nhà chị Bích mới về đây.
6. Máy bay từ Thành phố Hồ Chí Minh đã hạ cánh xuống sân bay Nội Bài.
7. Anh từ đâu đến?
8. Tôi từ ga xe lửa đến đây.

D

1. Các bạn tôi đang ăn cơm ở nhà ăn.
2. Các anh ấy đang đánh bóng bàn ở câu lạc bộ.
3. Tôi cùng các bạn uống cà phê ở căn–tin.
4. Tất cả chúng tôi đều sống ở thành phố.
5. Năm nay sinh viên sẽ nghỉ hè ở bãi biển.
6. Chúng tôi ở Hàn Quốc mới sang Việt Nam.
7. Phong cảnh ở Hà Nội rất đẹp.
8. Chúng tôi rất hy vọng vào anh ấy.
9. Nhân dân chúng tôi rất tin tưởng vào tương lai của đất nước.

Từ vựng (어휘)

lại	1.다시 2.계속하다 3.오다	nội dung	(內容) 내용
đề nghị	(提議) 제의하다, 제안하다	nghỉ hè	여름방학
bài thơ	시(詩)	nghĩa	(義) 의의, 의미
bài văn	문(文), 글	nhắc	다시 언급하다
bảo	(保·寶) 알리다	quên	잊다
bãi biển	바닷가, 해안	kể	이야기하다, 말하다
bệnh viện	(病院) 병원	yêu cầu	(要求) 요구하다
câu chuyện	이야기	thú vị	(趣味) 흥미로운
tết	1.축제일 2.명절 3.설	tin tưởng	믿음
ga	역	xe lửa	기차
xa nhau	서로 멀리 떨어져 있는		

Ngữ pháp (문법)

A "**Lại**"는 주체의 행동에 대한 계속적인 의미를 갖는다. 그러나 그 행동은 다른 시간과 공간에서 다른 내용과 목적을 갖을 수 있다.

Ví dụ
– Chị ấy đã xem kịch ở rạp Đại Nam. (a)
– Chị ấy lại xem kịch ở rạp Đại Nam. (b)

위 문장 (b)에서 주체는 비록 "영화를 보았다"고 하는 같은 행동이지만 (a) 문장의 행동 이후에 행동했다는 것과 그 행동이 다른 장소에서 일어났음을 의미한다. 문형은 "**lại + ĐT**" 형태이다.

B "**ĐT + lại**"의 문형은 주체가 "똑같은 행동을 다시하다" 라는 의미를 갖는다.

Ví dụ
– Tôi xem lại phim "Người Mỹ trầm lặng".
– Chị ấy đọc lại bài đọc cơ bản.

다음과 같은 경우로도 쓰일 수 있다.

a) Tôi lại đọc bài đọc cơ bản.
b) Tôi đọc lại bài đọc cơ bản.
c) Tôi lại đọc lại bài đọc cơ bản.

C 일상생활에서 서로 친근한 사람끼리 만났을 때 어떤 지점에서 돌아오는 사람들을 만나 그 상황에 대하여 묻고 대답할 때 사용하는 문형. 문형은 "주체+부동사(副動詞)+정동사(正動詞)" 형태이다. 부동사는 이전의 상황을, 정동사는 이후의 상황을 나타낸다. 부동사로는 동사 **đi**, 전치사 **ở**, 혹은 **từ Seoul**처럼 지점을 나타내는 단어를 쓴다. 정동사로는 **về**, **đến**, **tới**를 쓴다.

Ví dụ
- Anh Bảo đi thư viện sắp về.
- Chị ấy đi dạy đã về.
- Chị Hoa đi mua cam vừa về.
- Anh ấy đi làm đã về rồi.

D 전치사 "**ở**"는 일반적으로 지점을 나타낸다. 그러나 본문 D문장의 8-9처럼 동사가 "**hy vọng**, **tin tưởng**, **trông mong**, **trông đợi**, …"처럼 이음절 동사인 경우 "**ở**"를 "**vào**"로도 쓸 수 있다.

Bài đọc cơ bản (기본독해)

Mất bò

Một hôm, một anh ngốc đi chợ mua bò. Anh ta mua được sáu con bò. Anh ta cưỡi lên lưng con bò to nhất, rồi dẫn cả đàn bò đi.

Anh ngốc ở chợ về. Anh ta rất vui. Giữa đường, anh ta ngoảnh lại, nhìn đàn bò và đếm:

– Một, hai, ba, …, một, hai, ba, bốn, năm, …

Anh ngốc đếm. Anh ta lại đếm lại. Anh ta đếm đi đếm lại năm lần, sáu lần. Đàn bò vẫn chỉ có năm con! Anh ngốc nghĩ: "Chết rồi! Mất một con bò rồi!" Tiếc bò quá, anh ngốc vò đầu gãi tai. Anh ta sợ về nhà lại bị vợ mắng.

Về đến nhà, anh ngốc thấy vợ đứng đón ở cổng. Anh ta vẫn cứ ngồi trên lưng con bò đi đầu. Anh ngốc khóc và nói với vợ:

– Mình ơi! Tôi đánh mất một con bò rồi!

Vợ anh ta ngạc nhiên hỏi:

– Mất bò à? Vì sao? Mình mua mấy con bò?

– Tôi mua sáu con. Bây giờ chỉ còn năm con thôi. Mất một con. Không biết nó lạc đi đâu.

Vợ anh ngốc đếm lại đàn bò. Chị cười, bảo:

– Thôi, xuống đi. Có mất con bò nào đâu! Thừa một con thì có!

Từ vựng 2

đánh mất	잃어버리다	mình ơi	여보
đàn	(壇) 1. 단 2. 무리 3. 단체	mắng	책망하다
đón	맞다, 영접하다	mất	잃다
đếm	세다, 헤아리다	ngã tư	사거리
cổng	정문	ngạc nhiên	(愕然) 놀라다
chợ	시장	ngốc	우둔한
chết rồi	맙소사	ngoảnh lại	뒤돌아보다
lưng	허리	ngon	맛있는
cưỡi	(말을) 타다	rễ	뿌리
dẫn	(引) 안내하다, 이끌다	thẳng	똑바로
khóc	울다	thừa	(乘) 남다
lạc	(落) 떨어지다, 길을 잃다	tiếc	유감이다
lần	차례	trái	(責) 1.과일 2.좌측 3.거스른
lối	1.길 2.방법	vò đầu gãi tai	엉거주춤하다

Bài tập (연습)

1. 아래 질문에 대답하시오

1) Anh Bình đi đâu về?

2) Các anh từ đâu đến đây?

3) Sáng hôm qua các anh ở đâu về ký túc xá?

4) Đoàn đại biểu sinh viên đi đâu về?

5) Chị ở nước nào đến Việt Nam?

6) Bạn của chị từ đâu đến?

7) Máy bay từ đâu đến Hà Nội.

8) Chị Hoa đi thư viện đã về chưa?

9) Anh Bảo đi chơi sắp về chưa?

10) Các anh ấy đi chơi có về không?

11) Bao giờ chị Nga đi chợ về?

2. 아래 문장에서 밑줄친 부분에 맞는 의문문을 만드시오.

1) Chúng tôi ở Nam Hà đến đây.

2) Cha tôi làm ở nhà máy cơ khí Hà Nội.

3) Chúng tôi học tiếng Việt ở Đại học Quốc gia Hà Nội.

4) Nhân dân Việt Nam rất tin tưởng ở tương lai.

5) Anh Ngọc ở thư viện về.

6) Tôi rất hy vọng vào chị ấy.

7) Trước đây chúng tôi sống ở Hải Phòng.

8) Mẹ tôi ở chợ vừa mới về.

3. 아래 문장을 "**lại + ĐT**" 형태의 문형으로 만드시오.

1) Anh ấy vừa uống rượu xong.

2) Hôm qua chị ấy đã gửi thư cho gia đình.

3) Tối hôm qua anh ấy đã đến thăm chị Tú rồi.

4) Năm ngoái nhà báo này đã đến Hà Nội.

5) Cô giáo đã yêu cầu tôi lên bảng một lần nữa rồi.

6) Tuần trước cô ấy đã may một cái áo mới.

4. 아래 문장을 "**ĐT + lại**" 형태의 문형으로 만드시오.

1) Tôi dịch một lần nữa bài báo này.

2) Tôi sẽ gặp cô ấy một lần nữa.

3) Anh Thanh đã trình bày vấn đề thú vị ấy một lần nữa ở câu lạc bộ.

4) Chúng ta sẽ nghe một lần nữa đĩa hát mới này.

5) Đài phát thanh sẽ phát một lần nữa bài diễn văn quan trọng của Tổng thống.

5. **"Bài đọc cơ bản"**을 참조하여 아래 질문에 대답하시오.

1) Anh Ngốc đi chợ làm gì?

2) Anh ta mua được mấy con bò?

3) Ở chợ về, anh Ngốc cảm thấy thế nào?

4) Giữa đường, anh ta làm gì?

5) Anh ta đếm được mấy con bò?

6) Anh ta nghĩ gì?

7) Vợ anh Ngốc đón anh ta ở đâu?

8) Anh Ngốc nói gì với vợ?

9) Vợ anh Ngốc nói gì với anh ta?

10) Vì sao vợ anh Ngốc nói như vậy?

문제풀이

1. *Chọn từ thích hợp, hoàn thiện câu:*

– Bài tập này tôi đã làm sai nên bây giờ tôi phải ______

① làm nữa ② làm tiếp
③ làm lại ④ lại làm

2. *Chọn từ thích hợp, điền vào chỗ trống:*

– Nhân dân Việt Nam rất tin tưởng ______ **tương lai của đất nước.**

① ở ② vào
③ đến ④cho

3. *Lựa chọn câu hỏi tương ứng với câu trả lời dưới đây:*

– ______

– Vâng, tôi vừa mới đi thư viện về.

① Anh có đi thư viện không? ② Anh sắp đi thư viện à?
③ Anh vừa đi thư viện về à? ④ Có phải anh sắp đi thư viện không?

4. *Lựa chọn câu trả lời thích hợp nhất với câu hỏi dưới đây:*

– Các sinh viên ấy từ đâu tới (đây)?

– ______

① Các sinh viên ấy từ Hàn Quốc tới (đây).
② Các sinh viên ấy tới đây từ Hàn Quốc.
③ Các sinh viên ấy đến đây từ Hàn Quốc.
④ Các sinh viên ấy tới từ Hàn Quốc.

5. *Chọn từ gần nghĩa với từ gạch chân trong câu:*

– Anh đừng lo. Hồi nãy chị ấy đã hứa là xong việc chị ấy sẽ quay lại ngay.

① Hồi trước ② Trước đây
③ Lúc nãy ④ Trước khi

6. *Tìm từ trái nghĩa với từ gạch chân trong câu:*

– "Anh ta đếm đi đếm lại năm, sáu lần mà đàn bò vẫn thiếu một con".

① vắng ② mất
③ không đủ ④ thừa

7. *Tìm câu trả lời sai:*

– Chị có biết, họ vừa từ đâu tới đây không?

① Có. Họ vừa từ Seoul tới. ② Có. Họ mới ở Seoul tới.
③ Có. Họ vừa mới từ Seoul tới. ④ Có. Họ vừa mới tới từ Seoul.

8. *Lựa chọn cách nói không thích hợp:*

– Khi chia tay nhau, người Việt Nam thường nói

① Anh thế nào? ② Hẹn gặp lại!
③ Tạm biệt, về đây. ④ Tạm biệt, hẹn gặp lại!

9. *Sắp xếp các từ, cụm từ sau thành câu đúng ngữ pháp:*

– chúng tôi/ ở/ mới/ đại học/ trường/ về/ xong/ đây.

① Chúng tôi mới ở trường đại học xong về đây.
② Chúng tôi ở mới trường đại học về đây xong.
③ Chúng tôi mới ở trường đại học về đây xong.
④ Chúng tôi mới xong ở trường đại học về đây.

10. *Tìm câu gần nghĩa với câu gạch dưới:*

"Anh ngốc khóc và nói với vợ

– Mình ơi! Tôi đánh mất một con bò rồi!"

① Tôi đánh rơi một con bò rồi.

② Tôi làm lạc một con bò rồi.

③ Một con bò đi lạc mất rồi.

④ Tôi làm mất một con bò rồi.

Bài 04

Thầy giáo vào lớp rồi

선생님이 교실에 들어오셨습니다

Câu mẫu (문형)

1 방향전환이 있는 동사 "**ra, vào, lên, xuống**" 활용법
2 방향을 나타내는 전치사 "**trên, dưới, trong, ngoài**"
3 "**Nếu** … **thì** … " 활용법
4 "**Chứ**"를 이용한 의문문

A

1. Thầy giáo vào lớp rồi.
2. Chị Nguyệt đi ra vườn.
3. Anh Tuấn đã lên trên lầu rồi.
4. Anh ấy sắp đi xuống dưới nhà.
5. Con mèo nhảy lên nóc tủ.
6. Con vịt vừa mới bay xuống dưới hồ.
7. Con chim của tôi bay đi đâu?
8. Con chim của anh đã bay lên trên trời rồi.

B

1. Anh Dũng ở trong nhà đi ra ngoài sân.
2. Chị Lan từ trên lầu một chạy xuống dưới nhà.
3. Ô tô của chúng tôi từ trong thành phố chạy ra ngoài thành phố.
4. Một con chim đẹp ở dưới đất bay lên trên trời.
5. Anh ấy ở đâu chạy vào trong phòng?
6. Anh ấy ở ngoài hành lang chạy vào trong phòng.

7. Chiếc tàu thủy từ ngoài biển chạy vào đâu?

8. Chiếc tàu thủy từ ngoài biển chạy vào trong vịnh.

C

1. Anh Bảo đi đâu rồi?
   – Anh ấy đi ra ngoài phố rồi.
2. Chị Thúy đâu?
   – Chị ấy ra ngoài vườn.
3. Anh Toản đâu?
   – Anh ấy đang bơi ở dưới sông.
4. Chị Huệ ngồi ở đâu?
   – Chị Huệ ngồi dưới gốc cây.
5. Hành khách đã lên trên xe lửa rồi.
6. Đoàn đại biểu đã vào trong (miền) Nam rồi.

D

1. Nếu trời đẹp thì chúng tôi sẽ đi chơi.
2. Nếu anh muốn thì chúng ta đi xem phim.
3. Nếu anh không dịch được bài này thì tôi sẽ giúp cho.
4. Nếu chị đi bưu điện thì tôi nhờ chị gửi hộ tôi cái thư này.
5. Nếu không bận thì tôi sẽ đến thăm anh chị.

E

1. (Các anh ấy đi rồi.) Chúng ta đi chứ?
2. (Hôm nay nghỉ.) Anh đi Đại sứ quán chứ?
3. (Chúng ta nghe một bản nhạc mới.) Chị đồng ý chứ?
4. Các anh hiểu rồi chứ?
5. Hè này, anh sẽ về nước chứ?
6. Bài này rất dễ, anh dịch được chứ?

Từ vựng (어휘)

đồng ý	(同意) 동의하다	muốn	원하다
đất	땅	nóc	가옥의 처마
đoàn đại biểu	(團代表) 대표단	nhảy	1.뛰다 2.춤추다
bản nhạc	(本樂) 음악	nhờ	1.부탁하다 2.… 덕택에
biển	바다	ra	나가다
cây liễu	(柳) 버드나무	sân	마당
dưới	아래(전치사)	tàu thủy	(水) 배
gác	윗층	tủ	1.(옷, 책)장 2.금고
góc	구석	trên	위에(전치사)
giúp đỡ	돕다	trời	하늘
hành khách	(行客) 손님	vào	들어가다
hành lang	(行廊) 복도, 발코니	vườn	정원
hộ	(護・戶) 1.보호하다 2.돕다 3.집	vịnh	(灣) 만
lên	올라가다	xuống	내려가다

Ngữ pháp (문법)

A 방향전환을 나타내는 동사는 일반적으로 위치를 가르키는 전치사와 함께 쓰인다. 이것은 다음과 같은 원칙에 의해서 활용된다.

lên ⇒ trên	**vào ⇒ trong**
xuống ⇒ dưới	**ra ⇒ ngoài**

B 방향전환을 나타내는 동사가 출발지점이 있을 경우 이 출발지점은 동사앞에 오게 된다. 문형은 다음과 같은 형태를 갖는다.

	trong		**ra ngoài**	
từ (ở)	**ngoài**	출발지점 A	**vào trong**	도착지점 B
	trên		**xuống dưới**	
	dưới		**lên trên**	

Ví dụ – Chị ấy từ trong nhà chạy ra ngoài sân.

C "**Nếu** … **thì** …"는 두 명제, 조건과 결과를 연결하기 위하여 쓴다. 문형은 "**Nếu** + 명제1(조건) + **thì** + 명제2(결과)" 형태이다.

이 문형에서 명제2의 동사는 보통 미래시제가 붙으며, 명제1과 명제2의 주어가 같을 경우 하나를 생략한다.

D "**Chứ**"는 의문사를 만드는데 쓴다. 이는 화자와 청자간에 친근한 사이, 나이와 신분이 같은 경우, 그리고 손윗사람이 아랫사람에 사용한다. 이 형태의 의문문은 화자가 질문에 대한 상황을 어느정도 파악하고 있거나, 청자로부터 화자가 생각하고 있는 대답을 기대할 경우에 쓴다. 문형은 "평서문+**chứ**" 형태이다.

Bài đọc cơ bản (기본독해)

Những giây phút thiêng liêng

Tôi vừa từ miền Nam ra miền Bắc. Tôi đang còn ngỡ ngàng trước cuộc sống ở đó thì được vào thăm Chủ tịch Hồ Chí Minh. Tôi sung sướng quá!

Sáng Chủ nhật, bảy giờ đúng, xe đến đón chúng tôi. Tôi được đưa vào một ngôi nhà nhỏ bên cạnh hồ trong vườn Phủ Chủ tịch. Trong phòng có một bộ bàn ghế mây. Tôi ngồi xuống chờ Bác.

Bác bước vào phòng. Thấy Bác, tôi đứng bật dậy, reo lên: "Bác, Bác". Bác xoa đầu tôi, rồi dắt tay lại ghế và bảo:

– Cháu ngồi xuống đây.

Bác đẩy nhẹ đĩa kẹo lại trước mặt tôi và bảo:

– Cháu ăn kẹo đi!

Tôi ăn kẹo. Bác xoa đầu tôi và nói:

– Cháu có nhớ nhà không?

– Dạ, có ạ.

Bác gật đầu và bảo:

– Cháu uống nước đi, rồi chúng ta ra vườn chơi.

Tôi đi theo Bác như một đứa cháu nhỏ theo ông đi chơi trong vườn. Bác đưa tôi ra phía hồ trước nhà. Trên bờ hồ, dọc đường đi, có nhiều hoa hồng, hoa nhài. Bác chỉ một loại hoa mà ở miền Nam tôi chưa thấy và hỏi:

– Cháu biết tên hoa này chứ?

– Dạ, cháu không biết.

– Hoa này là hoa lay ơn, còn đây là hoa hồng, hoa này là hoa cúc, ⋯. Bác chỉ và đọc tên từng loại hoa. Hoa trong vườn, chính tay Bác trồng, tươi tốt và đẹp vô cùng.

Ô tô đã đến. Tôi xem đồng hồ: 9 giờ 30 phút. Chú Vũ Kỳ đến bên Bác:

– Thưa Bác, Bác cho cháu Tuyết về.

– Ừ, cháu về ăn cơm.

Thật là đột ngột, tôi không nói được gì và cũng không muốn bước lên xe.

Bỗng nhiên tôi muốn khóc ⋯.

Bác kéo tôi vào lòng và hôn lên trán tôi, rồi nói:

– Cháu lên xe đi!

Từ vựng 2

thiêng liêng	신성한	hoa cúc	(花菊) 국화
đột ngột	(突兀) 갑자기	hoa hồng	(花紅), 장미
đẩy	추진하다. 밀다	hoa lay ơn	글라디올러스 꽃
Bác	아저씨(호찌밍의 애칭)	hoa nhài	쟈스민 꽃
bên cạnh	옆	khóc nức nở	흐느껴울다
bỗng nhiên	갑작스럽게	tươi tốt	신선한
bộ bàn ghế	책걸상	loại	(類) 종류
hôn	키스하다	lòng	마음
xoa	쓰다듬다, 만지다	mây	1.구름 2.등나무
gục đầu	머리를 쳐박다	ngỡ ngàng	당황하다, 어리둥절하다
cháu	조카	nhớ	기억하다, 그리워하다
dắt	동행하다. 이끌다	reo	소리치다
dọc đường	길가	sung sướng	기분좋은
đón	(사람을) 맞다	trán	이마
gật đầu	머리를 끄덕이다		

Bài tập (연습)

1. 다음 전치사 "**trên, dưới, trong, ngoài**"를 아래 문장의 빈칸에 넣으시오.

1) Xe ô–tô của chúng tôi đang vào ______ thành phố.

2) Xe lửa đang chạy vào ______ ga.

3) Tàu thủy đang tiến ra ______ khơi.

4) Máy bay đang bay lên ______ trời.

5) Con mèo nhảy lên ______ tủ.

6) Con chó chạy vào ______ nhà.

7) Con vịt bay xuống ______ hồ.

8) Con gà đã chạy ra ______ sân.

2. 접속사 "**nếu** … **thì** …"를 이용하여 아래 문장을 각각 한 문장으로 바꾸시오.

1) Tối nay nhà hát biểu diễn ca múa / chúng ta sẽ đi xem.

2) Cô ấy yêu tôi / tôi sẽ rất sung sướng.

3) Chị ấy không từ chối / tôi sẽ tặng chị ấy một bó hoa hồng.

4) Các bạn đồng ý / tôi sẽ chơi ghi ta bài "Bài ca hy vọng".

5) Anh không bận / chúng ta đi bơi thuyền ở Hồ Tây.

6) Anh có tiền / anh làm ơn cho tôi vay năm trăm nghìn đồng.

3. "**Chứ**"를 이용하여 아래 문장을 의문문으로 바꾸시오.

1) Thầy giáo đến rồi.

2) Anh ấy đã làm xong tất cả các bài tập rồi.

3) Chị ấy đã viết thư cho anh ấy rồi.

4) Anh Nam đã khỏi bệnh rồi.

5) Chị ấy uống cà phê.

6) Cửa hàng đã mở cửa rồi.

7) Khách sạn đã đóng cửa rồi.

문제풀이

1. Lựa chọn từ thích hợp, điền vào chỗ trống:

– Chị ấy xách túi lên, khoá cửa lại rồi đi ______ nhà.

① khỏi ② ra

③ ra khỏi ④ khỏi hẳn

2. Lựa chọn từ thích hợp, hoàn thiện câu:

– Các em ấy là sinh viên Hàn Quốc ______ không phải sinh viên Nhật.

① còn ② chứ

③ thế mà ④ nhưng

3. Lựa chọn từ thích hợp, điền vào chỗ trống:

– Từ trong nhà, cô ấy chạy ______ đường và gọi rất to: "Tắc xi! Tắc xi!"

① lên trên ② sang phải

③ ra trước ④ ra ngoài

4. Lựa chọn câu trả lời phù hợp với câu hỏi dưới đây:

– Các chị vẫn học tiếng Việt chứ?

– ______

① Dạ vâng, chúng tôi vẫn đang nghỉ.

② Dạ vâng, chúng tôi vẫn học tiếng Việt.

③ Dạ vâng, chúng tôi vẫn còn học nữa.

④ Dạ vâng, chúng tôi vẫn chưa học.

5. Lựa chọn câu hỏi tương ứng với câu hỏi dưới đây:

–

– Đến giờ giải lao, học sinh chạy từ trong lớp ra ngoài sân.

① Đến giờ giải lao học sinh đi những đâu?

② Đến giờ giải lao học sinh làm những gì?

③ Đến giờ giải lao học sinh chạy đi đâu?

④ Đến giờ giải lao học sinh chạy từ đâu ra đâu?

6. Tìm từ gần nghĩa với từ gạch dưới:

"Tôi vừa từ miền Nam ra miền Bắc. Tôi đang còn ngỡ ngàng trước cuộc sống ở miền Bắc thì được vào thăm Bác Hồ. Tôi sung sướng quá!"

① ngạc nhiên ② bỡ ngỡ

③ bàng hoàng ④ kinh ngạc

7. Tìm câu sai:

① Nếu chị đi bưu điện thì tôi nhờ chị gửi hộ tôi lá thư này.

② Nếu chị đi bưu điện thì tôi nhờ chị gửi dùm tôi lá thư này.

③ Nếu chị đi bưu điện thì tôi nhờ chị giúp gửi hộ tôi lá thư này.

④ Nếu chị đi bưu điện thì tôi nhờ chị gửi giúp tôi lá thư này.

8. Tìm từ, ngữ trái nghĩa với từ, ngữ gạch dưới:

"Trong phòng có một bộ bàn ghế mây. Tôi ngồi xuống chờ Bác".

① đứng cao ② ngồi lên

③ đứng lên ④ đứng thẳng

9. *Sắp xếp các từ, cụm từ sau thành câu đúng ngữ pháp:*

– được/ anh/ tôi/ nếu/ tìm/ ai/ thì/ sẽ/ tìm/ cho/ giúp/ chưa.

① Nếu anh chưa tìm được ai thì tôi sẽ cho tìm giúp.

② Nếu anh chưa tìm được ai thì tôi sẽ tìm giúp cho.

③ Nếu anh chưa tìm được ai thì sẽ cho tôi tìm giúp.

④ Nếu anh chưa tìm cho được ai thì tôi sẽ tìm giúp.

10. *Chọn câu trả lời đúng:*

– Để đáp lại lời xin lỗi, người Việt thường nói:“ ”

① “Cám ơn!” ② “Không sao”

③ “Không dám” ④ “Tạm biệt nhé!”

Bài 05

Tôi bị nhức đầu

나는 머리가 아픕니다

Câu mẫu (문형)

1 신체의 상태를 나타내는 동사
2 "**Không những … mà còn …**" 활용법
3 "**Tự, tự mình**" 활용법

A

1. Tôi bị nhức đầu.
2. Anh ấy bị viêm họng.
3. Em tôi bị sưng phổi.
4. Chị ấy bị đau mắt nặng.
5. Bà ấy bị bệnh đau dạ dày.

B

1. Anh ấy tin vào mình.
2. Chị ấy may áo cho mình.
3. Cô ấy chỉ nghĩ đến mình.
4. Chúng tôi lao động quên mình cho Tổ quốc.
5. Họ đã hy sinh thân mình cho Tổ quốc.
6. Chúng tôi yêu Tổ quốc của mình.
7. Anh ấy sống một mình ở thủ đô.
8. Tôi học một mình ở trong phòng.
9. Một mình anh ấy ở một phòng.

C

1. Ai dạy anh tiếng Việt?
2. Tôi tự học tiếng Việt.
3. Tôi đã tự nghiên cứu ngữ pháp tiếng Việt.
4. Tôi phải tự tìm nghĩa các từ bằng từ điển.
5. Tôi cũng tự làm lấy các bài tập ở trong sách giáo khoa.
6. Tôi còn tự mình dịch lấy các bài đọc.
7. Tôi vẫn tự mình luyện tập phát âm, tập đọc, tập nói bằng máy ghi âm.
8. Anh ấy tự chữa lấy xe đạp.

D

1. Anh Đang không những biết tiếng Hàn mà còn biết tiếng Anh nữa.
2. Chị ấy không những học giỏi mà còn chăm chỉ nữa.
3. Họ không những dũng cảm mà còn sáng tạo.
4. Anh ấy chẳng những tự làm lấy bài tập mà còn tự mình dịch các bài đọc nữa.
5. Chị ấy chẳng những hay bị đau đầu mà còn bị bệnh tim nữa.
6. Trời không những rét mà còn mưa nữa.
7. Anh Việt không những học giỏi mà còn hay giúp đỡ chúng tôi.

Từ vựng (어휘)

đau dạ dày	위가 아프다	nghĩa	(義) 의미, 의의
đau mắt	눈이 아프다	nhức đầu	머리가 아프다
bài khóa	과	phố	거리
chữa	고치다	rét	추운
dũng cảm	(勇敢) 용감한	sách giáo khoa	(册教科) 교과서
giỏi	잘하는	sáng tạo	(創造) 창조하다
không những … mà còn…	… 뿐만 아니라 … 도	sưng phổi	폐가 붓다
lang thang	(狼瘡) 유랑하다	tổ quốc	(祖國) 조국
máy ghi âm	녹음기	tập	(集·習) 1.집·권 2.연습하다
mình	나, 자기	tin	믿다
may (áo)	(옷을) 만들다	tự	(自·寺·字·序) 1.tự do 2.tự viện 3.tự điển 4.tự ngôn
nghiên cứu	(研究) 연구	viêm họng	편도선이 붓다

Ngữ pháp (문법)

A "**Đau, nhức, viêm, mỏi, v.v**…"등과 같이 사람의 신체의 특징에 대하여 쓰이는 동사. 일반적으로 동사 "**đau**"는 신체의 모든 상황에 대하여 폭넓게 쓰이지만 신체 부위에 특징에 따라 개별적으로 쓰이는 동사도 있다.

Ví dụ

nhức đầu	viêm họng
mỏi tay	đau chân
sưng phổi	điếc tai
mù mắt	

신체의 아픈 특징을 언급하는 각 동사 앞에는 부사 "**bị**"가 쓰인다. 신체의 일부가 아파서 병이 되었을 경우 다음과 같이 표현하다.

Ví dụ

– Tôi bị bệnh nhức đầu.

– Tôi bị bệnh tim.

B "**Mình**"은 주체 자신을 언급한다. 주체인 자기 자신을 지칭하는 명사를 반복하고 싶지 않을 때 흔히 이를 쓴다. 본문 B에서 1-3의 "**mình**" 앞에 "**bản thân**"을 덧붙혀 쓸 수 있다.

Ví dụ

– Chị ấy tin vào bản thân mình.

본문 B에서 7-8의 "một mình"은 재귀대명사처럼 "혼자서"라는 뜻을 갖는다.

C "**Tự**"는 그 누구의 도움이 없이 주체 스스로 어떤 일을 행할 때 쓴다. "**tự**"는 "… **tự** + **ĐT** + **lấy** …" 형태 혹은 "… **tự mình** + **ĐT + lấy** …" 형태로 쓰인다.

Ví dụ
– Chị ấy tự chữa xe đạp của mình.
– Chúng tôi tự mình giải quyết lấy những khó khăn của bản thân mình.

D " **Không những** … **mà còn** …"은 문장의 술부에서 상호관계가 있는 두 요소를 연결할 때 쓴다. 문형은 "**không những**+요소1+**mà còn**+요소2" 형태이다. 이 형태의 문미에는 보통 "**nữa**" 가 붙는다.

Bài đọc cơ bản (기본독해)

Lời khuyên của bác sĩ

Tôi là bác sĩ. Tôi muốn nói vài lời với các bạn trẻ.

Các bạn còn rất trẻ. Các bạn tự tin ở sức mạnh "đào núi lấp biển" của mình. Điều đó rất đúng. Nhưng tôi khuyên các bạn nên giữ gìn sức khỏe. Tôi sẽ không vui khi nghe thấy các bạn nói:

– Tôi mệt quá!

– Tôi nhức đầu quá!

Sức khỏe là vốn quý lắm, các bạn ạ. Các bạn đừng để bệnh tật đến gần. Bệnh tật là tai họa. Các bạn hãy tự mình giữ gìn cẩn thận sức khỏe. Mùa hè, tôi không muốn các bạn nói với tôi:

– Thưa bác sĩ, tôi bị đau mắt.   hay   – Thưa bác sĩ, tôi đau bụng quá!

Mùa đông, bạn hãy cẩn thận với những đợt gió mùa đông bắc để tránh ho và viêm họng.

Tôi không muốn gặp các bạn ở bệnh viện của tôi. Trong hoàn cảnh bắt buộc, nếu các bạn phải đến phòng làm việc của tôi thì tôi mong các bạn đến sớm.

Các bạn nên sinh hoạt điều độ. Sáng sáng, tôi khuyên các bạn nên tập thể dục. Tôi khuyên các bạn không những chỉ tập thể dục buổi sáng mà còn tham gia các hoạt động thể thao. Các bạn đừng thức khuya, không hút thuốc lá, không uống rượu. Các bạn không những phải có một chế độ làm việc tốt mà còn phải nghỉ ngơi tốt.

Các bạn có cần những lời khuyên cụ thể hơn không? Tôi mời các bạn đến phòng làm việc của tôi ở bệnh viện đa khoa. Tôi sẽ kiểm tra sức khỏe cho các bạn. Tôi sẽ chỉ dẫn cụ thể cho các bạn.

Các bạn đừng đến để yêu cầu tôi chữa bệnh. Tôi không muốn làm việc ấy. Tất nhiên, tôi sẽ không từ chối nếu các bạn cần tôi giúp đỡ.

Từ vựng 2

đào núi lấp biển	강력한 힘에 대한 비유	lời chỉ bảo	충언, 권면
đa khoa	(多科) 종합병원	lời khuyên	(勸) 권면
đông bắc	(東北) 동북	lợi	(利) 이익
điều độ	(調度) 조절하다	nguy hiểm	(危險) 위험
đợt	1. 층 2. 단계	nhiệt độ	(熱度) 온도
bắt buộc	강제로	sinh hoạt	(生活) 생활
bệnh tật	(疾病) 질병	sức mạnh	강력한 힘
bệnh	(病) 병	tai họa	(災禍) 재화
cẩn thận	(謹愼) 근신, 조심하는	tập thể dục	(習體育) 운동하다
chữa bệnh	치료하다	thể thao	(體操) 체조
chế độ	(制度) 제도	thức khuya	밤늦게까지 깨어있는
chỉ dẫn	(指引) 1.안내하다 2.지도하다	tin	믿다
coi thường	멸시하다, 깔보다, 얕잡아보다	từ chối	거부하다, 거절하다
giữ gìn	유지하다	tránh	도피하다, 피하다
gió mùa	계절풍	tự nhiên	(自然) 자연스러운
hoàn cảnh	(環境) 환경	vài lời	두 세 마디 말
hoạt động	(活動) 활동	vốn	1.본래 2.자본
bệnh viện	(病院) 병원	xã hội	(社會) 사회

Bài tập (연습)

1. 아래 질문에 대답하시오.

1) Anh làm sao?

2) Chị bị đau làm sao?

3) Ông bị đau ở đâu?

4) Cháu bị bệnh gì?

5) Anh bị viêm họng à?

2. 아래와 같은 경우 보통 어떻게 표현됩니까?

1) Đầu tôi nhức.

2) Mắt tôi đau.

3) Ngực tôi tức.

4) Bụng tôi đau.

5) Chân tôi sưng.

6) Tai tôi ù.

3. 아래 문장의 밑줄친 부분을 "mình"으로 바꾼다음 한국어로 번역하시오.

1) Anh ấy nghĩ đến **anh ấy** nhiều quá.

2) Chị ấy chỉ quan tâm đến **chị ấy**.

3) Chị ấy hiểu rất rõ **chị ấy**.

4) Chúng tôi chiến đấu không phải chỉ cho **chúng tôi**.

5) Tôi làm bài thơ này cho riêng **tôi**.

6) Các chiến sĩ hy sinh vì Tổ quốc **của họ**.

4. 아래 문장에서 밑줄친 부분을 "một mình"으로 바꾼다음 한국어로 번역하시오.

1) Anh ấy làm việc này, không có ai giúp đỡ.

2) Anh ấy đi chơi ở công viên, không có ai đi cùng.

3) Chị ấy ôn tập, không có ai ôn tập cùng.

4) Tôi đến Việt Nam, không có người đi cùng.

5) Tôi sống ở Hà Nội, không có người nào ở cùng.

5. 아래 문장을 보기와 같은 문법처럼 완성하시오.

Ví dụ Tôi tự dịch lấy bài báo này.

1) Chúng tôi	học	tiếng Việt
2) Các anh ấy	giải quyết	những khó khăn
3) Các chị ấy	giặt	quần áo của mình
4) Chúng tôi	xây dựng	đất nước mình
5) Công nhân Việt Nam	sản xuất	hàng hóa
6) Chúng tôi	bảo vệ	Tổ quốc mình

6. 접속사 "**không những** … **mà còn** …"을 이용하여 보기처럼 아래 A/B를 한 문장으로 만드시오.

Ví dụ Nhân dân Việt Nam không những chiến đấu dũng cảm mà còn lao động cần cù nữa.

A:	B:
1) phải xây dựng đất nước	chống xâm lược
2) có truyền thống chống ngoại xâm	có truyền thống đoàn kết dân tộc
3) nêu cao tinh thần yêu nước	nêu cao tinh thần hữu nghị quốc tế
4) sản xuất giỏi	tạo nên những giá trị tinh thần và văn hóa

문제풀이

1. *Lựa chọn từ thích hợp, hoàn thiện câu:*

– Mấy hôm nay chị Hoa ho nhiều quá, có lẽ chị ấy bị ______

① đau họng
② nhức họng
③ viêm họng
④ sưng họng

2. *Lựa chọn từ thích hợp, điền vào chỗ trống:*

– Mời chị vào trong nhà uống nước ______ đỡ khát !

① nên
② cho
③ để
④ mà

3. *Lựa chọn cặp từ thích hợp, hoàn thiện câu:*

– Chị ấy ______ đẹp ______ thông minh.

① vì ______ nên ______
② tuy ______ nhưng ______
③ không những ______ mà còn ______
④ mặc dù ______ những ______

4. *Chọn câu trả lời thích hợp với câu hỏi dưới đây:*

– Chị bị đau ở đâu (thế)?

– ______

① Tôi bị đau ở ngực.
② Tôi bị bệnh nặng.
③ Tôi cảm thấy buồn quá !
④ Tôi bị đau gan.

5. *Chọn câu hỏi thích hợp với câu trả lời dưới đây:*

–

– Tôi cảm thấy hơi bị nhức đầu và buồn nôn.

① Anh bị đau ở đâu?
② Anh bị đau tim à?
③ Anh bị nhức đầu và buồn nôn à?
④ Anh bị làm sao thế?

6. *Tìm câu sai:*

① Vì sống xa gia đình nên tôi phải tự giải quyết mọi việc.
② Vì sống xa gia đình nên tôi phải tự giải quyết lấy mọi việc.
③ Vì sống xa gia đình nên tôi phải giải quyết mọi việc tự mình.
④ Vì sống xa gia đình nên tôi phải tự mình giải quyết mọi việc.

7. *Tìm từ gần nghĩa nhất với từ gạch dưới trong câu:*

"Các bạn <u>coi thường</u> mọi kẻ thù. Các bạn không những <u>coi thường</u> kẻ thù xã hội mà còn <u>coi thường</u> cả kẻ thù tự nhiên".

① coi trọng
② tôn trọng
③ xem thường
④ coi khinh

8. *Chọn câu sai nghĩa với câu dưới đây:*

– Mấy hôm nay, trời không những rét mà còn mưa nữa.

① Mấy hôm nay, trời vừa rét vừa mưa.
② Mấy hôm nay, trời đã rét lại còn mưa.
③ Mấy hôm nay, trời rét càng mưa.
④ Mấy hôm nay, trời không chỉ rét mà còn mưa.

9. *Tìm từ, ngữ chưa chính xác trong câu dưới đây:*

– "Các bạn tự tin <u>ở</u> <u>sức mạnh</u> <u>"đào núi lấp biển"</u> <u>một mình</u>".

① ② ③ ④

10. *Đọc lại đoạn văn dưới đây trong bài đọc:*

"Bạn hãy tự mình giữ gìn cẩn thận sức khỏe của bạn. Mùa hè, tôi không muốn các bạn nói với tôi:

– Thưa bác sĩ, tôi bị đau mắt, hoặc

– Thưa bác sĩ, tôi đau bụng quá!

Mùa đông, bạn hãy cẩn thận với những đợt gió mùa Đông Bắc để tránh ho và viêm họng."

Lựa chọn câu trả lời đúng nhất:

– Theo bác sĩ, mùa hè chúng ta hay bị những bệnh gì?

① bị ho và đau mắt ② bị đau mắt và đau bụng

③ bị đau mắt và ho ④ bị ho và viêm họng

Bản ghi nhớ

Bài 06

Ai cũng thích học tiếng Việt

누구나 베트남어 공부하기를 좋아한다

Câu mẫu (문형)

1 "의문대명사 + **cũng**" 형태의 문형.
2 동사 "**trở thành, trở nên**" 활용법
3 "**Làm (làm cho) + ĐT**" 형태의 문형 활용법

A

1. Tất cả mọi người đều yêu hoa.
2. Ai cũng yêu hoa.
3. Những ai trả lời được câu hỏi này?
4. Ai cũng trả lời được câu hỏi ấy.
5. Ai cũng thích học tiếng Việt.
6. Tất cả chúng tôi đều mến chị ấy.
7. Chúng tôi ai cũng mến chị ấy.
8. Người nào cũng mến chị ấy.

B

1. Anh Cầm đã trở thành kỹ sư.
2. Chị Hồng Liên sẽ trở thành một nghệ sĩ có tài.
3. Nhân dân đã trở thành người chủ của đất nước.
4. Anh ấy có thể trở thành một người nổi tiếng.

5. Thành phố này trở thành trung tâm công nghiệp.
6. Việt Nam trở thành một nước hòa bình, thống nhất, độc lập.
7. Vấn đề này trở nên phức tạp.
8. Thời tiết trở nên xấu.
9. Tính tình cô ấy trở nên thất thường.

C

1. Anh ấy đã làm tôi buồn.
2. Cô ấy làm cho tôi vui.
3. Công việc ấy đã làm chúng tôi vất vả.
4. Nhân dân Việt Nam sẽ làm cho đất nước mình đổi mới.
5. Tình yêu làm cho con người có sức mạnh.
6. Con người đã làm cho thiên nhiên bị hủy hoại.

Từ vựng (어휘)

đổi mới	쇄신	phức tạp	(複雜) 복잡한
độc lập	(獨立) 독립	phục vụ	(服務) 봉사하다
nghệ sĩ	(藝士) 예술가	quý	(貴) 귀한
công nghiệp	(工業) 공업	sức mạnh	힘, 역량, 위력
có tài	(才) 재능이 있는	sung sướng	기쁜, 기분좋은
con người	사람	tình yêu	애정, 사랑
dân chủ	(民主) 민주	thống nhất	(統一) 통일
giàu mạnh	부유한, 부강한	thất thường	(失常) 평정심을 잃은
hoa	(花) 꽃	thiên nhiên	(天然) 천연, 자연
hòa bình	(平和) 평화	thích	(釋·適) 좋아하다
làm cho	… 하게하다	trở nên	… 가 되다 (형용사가 온다)
làm	일하다, … 하게하다	trở thành	… 가 되다 (명사가 온다)
mến	사랑하다, 좋아하다	trung tâm	(中心) 센터, 중심
nổi tiếng	유명한	tính tình	(性情) 기질, 성격
người chủ	(主) 주인	vất vả	수고, 힘든

Ngữ pháp (문법)

A "**Ai cũng**"과 "**người nào cũng**"은 수사학적인 의미를 지니면서 화자의 절대강조라는 특징을 갖는다. 이러한 문장을 읽거나 말할 때는 "**cũng**"을 강조하여 발음한다.

Ví dụ
– Tất cả chúng tôi đều thích học tiếng Việt. (1)
– Chúng tôi ai cũng thích học tiếng Việt. (2)

보기에서 (1)은 평범한 문장이다 (2)는 전체성을 강조하는 특징을 갖는다. "**Ai cũng**"과 "**người nào cũng**"은 단독으로 쓰여 주어를 이루면서도 앞에 명사를 갖을 수도 있다.

Ví dụ
– Chúng tôi người nào cũng mến anh ấy.
– Sinh viên Khoa Tiếng Việt ai cũng thích học ngoại ngữ.

B 동사 "**trở thành**"과 "**trở nên**"은 어떠한 특징과 성질이 다른 상태로 변화되는 경우에 쓰인다. 이 두 단어는 다음과 같이 분별되어 쓰인다.

a) "**Trở thành**" 다음에는 명사가 오며, b) "**trở nên**" 다음에는 일반적으로 형용사가 온다. a)와 같은 상황에서 "**trở thành**"은 "**trở nên**"을 대신할 수 있으나 b)와 같은 상황에서 "**trở nên**"은 "**trở thành**"을 대신할 수 없다.

Ví dụ
– Chị ấy có thể trở thành một người có tài. (o)
– Chị ấy có thể trở nên một người có tài. (o)
– Thời tiết trở nên xấu. (o)
– Thời tiết trở thành xấu. (x)

"**Trở thành**"의 동의어로는 "**thành**", "**hóa thành**", "**hóa ra**" 등이 있다. 이 중 "**Thành**"은 "**trở thành**"처럼 쓴다.

Ví dụ – Anh ấy đã thành kỹ sư rồi.

그리고 "**Hóa thành**"과 "**hóa ra**"는 "**trở nên**"처럼 쓴다.

Ví dụ – Vấn đề này đã hóa thành phức tạp.
– Tính tình cô ấy hóa ra thất thường.

"**Hóa thành**"과 "**hóa ra**"는 일반적으로 좋지않은 의미와 쓴다.

C "**Làm**", "**làm cho**" 는 "**gây nên**", "**gây cho**", "**khiến**"과 같은 뜻을 갖는다. 의미는 그 어떤 사물의 상태나 성질이 변하도록 영향을 미친다 라는 뜻이다.

a) "**Làm**", "**làm cho**"는 보기처럼 대상을 내용이 바뀌게 하는 역할을 한다.

Ví dụ Anh ấy đã làm (làm cho) tôi buồn.

b) "**Làm**", "**làm cho**"는 아래와 같은 형태로도 표현할 수 있다.

Ví dụ – Anh ấy làm (cho) tôi khổ.
– Cô ấy làm (cho) chúng tôi vất vả.
– Hàn Quốc đã làm biến đổi đất nước mình.
– Cảnh sát đã làm thất bại các kế hoạch của bọn tội phạm.

Bài đọc cơ bản (기본독해)

Hà Nội – trái tim của Việt Nam

Hà Nội không chỉ là một thành phố đẹp mà còn là một thành phố mang nhiều giá trị lịch sử và văn hóa của Việt Nam.

Hà Nội đẹp vì các danh lam thắng cảnh. Từ trên cao nhìn xuống, sông Hồng như một dải lụa đỏ quấn quanh thân mình duyên dáng của Hà Nội. Hồ Tây mênh mông, mặt nước trong xanh. Những chiều mùa hè, ai cũng thích đến đây đón gió mát, bơi thuyền. Những cánh buồm trắng nổi bật trên nền xanh của nước, cây, trời. Giữa thủ đô có Hồ Gươm với truyền thuyết trả kiếm của vị anh hùng dân tộc Lê Lợi. Hồ Gươm giống như một viên ngọc xanh trang điểm cho thành phố. Hồ Gươm với Tháp Rùa, đền Ngọc Sơn, cầu Thê Húc làm cho Hà Nội càng thêm xinh đẹp và cổ kính.

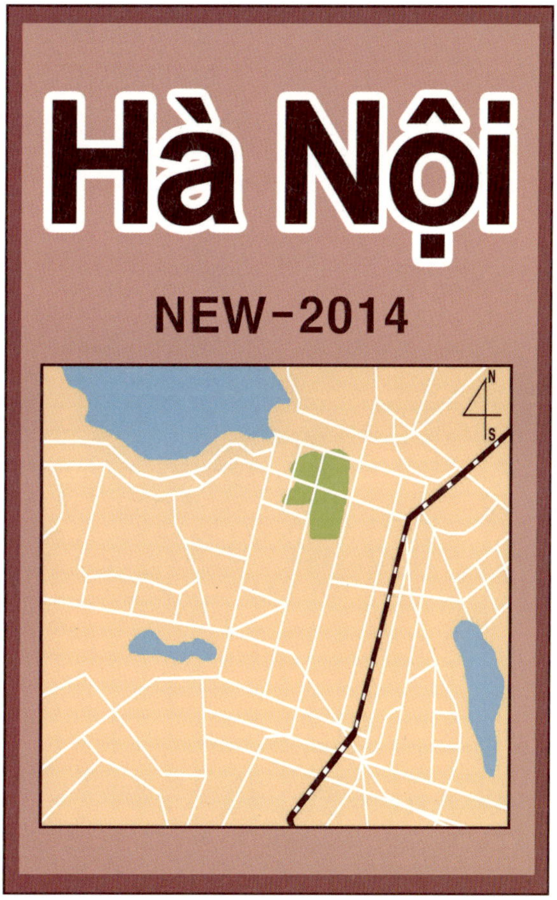

Hà Nội là thành phố có lịch sử và văn hóa lâu đời. Hà Nội trở thành thủ đô của nước Việt Nam cách đây hơn 1000 năm. Trên quảng trường Ba Đình, ngày 2 tháng 9 năm 1945, Chủ tịch Hồ Chí Minh đã đọc bản "Tuyên ngôn độc lập", khai sinh nước

Việt Nam Dân chủ Cộng hòa.

Hà Nội có nhiều di tích lịch sử, nhiều công trình kiến trúc văn hóa cổ khác như Chùa Một Cột, Văn Miếu – Quốc tử giám. Vào những ngày lễ và ngày nghỉ, người dân thủ đô và du khách thường đến thăm Văn Miếu – Quốc tử giám, nơi được coi là trường đại học đầu tiên của Việt Nam.

Ngày nay, Hà Nội có nhiều trường đại học và trung tâm nghiên cứu khoa học lớn; nhiều bệnh viện, câu lạc bộ, nhà hát, rạp chiếu bóng, công viên, tháp truyền hình và nhiều khu nhà ở đẹp, hiện đại.

Hà Nội đang ngày càng trở thành một thành phố hiện đại và là điểm đến hấp dẫn đối với du khách.

Từ vựng 2

mát	시원한	lộng lẫy	화려한
cánh buồm	돛	mặt nước	수면
đền	사당	quảng trường	(廣場) 광장
khai sinh	(開生) 1. 출생신고하다 2. 창립하다	quanh	주변, 주위
chùa	사찰, 절	quấn	1. 휘감다 2.항상 같이하다
cổ kính	(古敬) 오래되고 경외로운	phong cảnh	(風景) 풍경
tháp Rùa	거북이탑	truyền thống	(傳統) 전통
dân tộc	(民族) 민족	truyền thuyết	(傳說) 전설
dải lụa đỏ	붉은 비단	thế giới	(世界) 세계
danh lam thắng cảnh	(名藍勝景) 명승고적	duyên dáng	우아한
di tích	(遺跡) 유적	lâu đời	오래된
thắng lợi	(勝利) 승리	thân mình	자신의 몸체
viên ngọc	옥(玉)	tuyên ngôn	(宣言) 선언
khoa học	(科學) 과학	văn hóa	(文化) 문화
kinh tế	(經濟) 경제	văn miếu	(文廟) 문묘
kiếm	(劍) 1.칼 2.찾다	quốc tử giám	(國子監) 국자감
kiến trúc	(建築) 건축	truyền hình	(傳形) TV 방송

Bài tập (연습)

1. "**Bài đọc cơ bản**"를 참조하여 아래 질문에 대답하시오.

1) Hà Nội là một thành phố như thế nào?

2) Ngày 2 – 9 –1945 tại Quảng trường Ba Đình đã diễn ra sự kiện lịch sử gì?

3) Hà Nội có những danh lam thắng cảnh nào?

4) Bạn biết gì về Văn Miếu ở Hà Nội?

2. 아래 문장을 "**trở thành**" 혹은 "**trở nên**" 형태의 술부문형으로 바꾸시오.

1) Chúng tôi sẽ là những người nước ngoài giỏi tiếng Việt.

2) Tình hình sẽ thuận lợi cho việc học tập của chúng tôi.

3) Việt Nam sẽ là một nước giàu mạnh.

4) Nền kinh tế của Việt Nam sẽ phồn vinh.

3. 아래 문장을 우리말로 옮기시오.

1) Tin ấy làm đau lòng chúng tôi.

2) Mưa đã làm ướt hết quần áo tôi.

3) Bão đã làm đổ nhiều nhà trong thành phố.

4) Hoàn cảnh làm thay đổi anh ấy.

5) Anh ấy đã làm sáng tỏ vấn đề phức tạp này.

4. 아래 문장의 문법성분을 분석하시오.

1) Hà Nội không những là một thành phố đẹp mà còn là môt thành phố có lịch sử lâu đời.

2) Những chiều mùa hè, ai cũng thích đến đây đón gió mát, bơi thuyền.

문제풀이

1. *Lựa chọn từ phù hợp, hoàn thiện câu:*

   – Các anh đi đâu đấy, cho chúng em đi ______

   ① chung ② cùng
   ③ với ④ nhé

2. *Lựa chọn từ phù hợp, điền vào chỗ trống:*

   – Trời nóng làm cho ______ cảm thấy mệt mỏi.

   ① toàn bộ mọi người ② tất cả mọi người
   ③ ai cũng ④ người nào cũng

3. *Lựa chọn từ, ngữ phù hợp nhất, hoàn thiện câu:*

   – Trời nóng quá ! Anh muốn uống gì?

   – Uống ______

   ① gì cũng uống ② gì cũng được
   ③ gì cũng ngon ④ gì cũng thế

4. *Lựa chọn từ, ngữ thích hợp thay thế từ, ngữ gạch dưới:*

   – Tất cả các sinh viên đang học ở đây đều là người nước ngoài.

   ① Sinh viên nào ______ cũng đều ______
   ② Hầu hết ______ đều ______
   ③ Toàn thể sinh viên ______ đều ______
   ④ Tổng tất cả sinh viên ______ đều ______

5. *Chọn từ, ngữ gần nghĩa, thay thế từ, ngữ gạch dưới:*

– Các anh, chị có trả lời được câu hỏi này không?

– Được ạ. Vì câu hỏi này dễ nên tất cả mọi người đều trả lời được.

① ai cũng ② hầu hết mọi người

③ người nào cũng ④ Toàn bộ mọi người

6. *Chọn câu gần nghĩa với câu dưới đây:*

① Con cái không ngoan luôn cho làm bố mẹ buồn phiền.

② Con cái không ngoan luôn gây buồn phiền cho bố mẹ.

③ Con cái không ngoan luôn gây khiến buồn phiền cho bố mẹ.

④ Con cái không ngoan luôn làm ra buồn phiền cho bố mẹ.

7. *Tìm câu sai:*

① Bây giờ anh ấy đang học đại học, 5 năm nữa, anh ấy sẽ hoá thành bác sĩ.

② Bây giờ anh ấy đang học đại học, 5 năm nữa, anh ấy sẽ trở nên bác sĩ.

③ Bây giờ anh ấy đang học đại học, 5 năm nữa, anh ấy sẽ trở thành bác sĩ.

④ Bây giờ anh ấy đang học đại học, 5 năm nữa, anh ấy sẽ hoá ra bác sĩ.

8. *Tìm câu đúng:*

① Lúc đầu tôi tưởng bài tập này dễ, bây giờ hoá ra khó.

② Lúc đầu tôi tưởng bài tập này dễ, bây giờ hoá nên khó.

③ Lúc đầu tôi tưởng bài tập này dễ, bây giờ thành khó.

④ Lúc đầu tôi tưởng bài tập này dễ, bây giờ hoá thành ra khó.

9. *Sắp xếp các từ, cụm từ sau thành câu đúng ngữ pháp:*
luôn / tôi / ước ao / một người / trở thành / giỏi / thật / tiếng Việt.

① Tôi luôn ước ao trở thành một người giỏi thật tiếng Việt.
② Tôi luôn ước ao trở thành một người thật giỏi tiếng Việt.
③ Tôi luôn ước ao trở thành một người giỏi tiếng Việt thật.
④ Tôi luôn trở thành ước ao một người thật giỏi tiếng Việt.

10. *Đọc lại đoạn văn dưới đây trong bài đọc:*
"Trên Quảng trường Ba Đình, ngày 2 tháng 9 năm 1945, Chủ tịch Hồ Chí Minh đã đọc bản "Tuyên ngôn độc lập" khai sinh ra nước Việt Nam Dân chủ Cộng hoà. Việt Nam trở thành một nhà nước công nông đầu tiên ở Đông Nam Á".

Em hãy cho biết:
– Ngày 2 tháng 9 năm 1945 được gọi là ________ của nước Việt Nam.

① ngày độc lập
② ngày giải phóng
③ ngày quốc khánh
④ ngày dân tộc

Bản ghi nhớ

Bài 07

Cái nhẫn ấy bằng vàng

그 반지는 금으로 만들었다

Câu mẫu (문형)

1 "**Bằng + DT**" 형태의 술부를 갖는 문형.
2 "**Cả + lẫn**" 활용법
3 교통과 수단으로 쓰이는 "**bằng**"

A

1. Tôi có một cái nhẫn bằng vàng.
2. Cái nhẫn này không phải bằng vàng.
3. Cái nhẫn ấy bằng gì?
4. Cái nhẫn ấy bằng bạch kim.
5. Cái đồng hồ này cũng bằng vàng.
6. Cái cốc của anh bằng gì?
7. Cái cốc của tôi bằng pha lê.
8. Cái cốc của tôi bằng thủy tinh.
9. Cái ghế này bằng nhựa.

B

1. Chị ấy và tôi đều là người Việt Nam.
2. Cả chị ấy lẫn tôi đều là người Việt Nam.
3. Cả anh ấy lẫn tôi đều thích chơi cầu lông.

4. Cả cái lọ hoa lẫn cái ấm trà của tôi đều bằng sứ.
5. Anh ấy biết cả tiếng Việt lẫn tiếng Anh.
6. Chị ấy mua cả giày lẫn dép.
7. Chúng tôi ăn cả bánh mì lẫn cơm.
8. Chúng tôi lên lớp cả sáng lẫn chiều.
9. Chúng tôi đã sống ở cả Hà Nội lẫn Huế.
10. Cả hôm nay lẫn ngày mai chúng tôi đều được nghỉ.

C

1. Người Việt Nam ăn cơm bằng đũa.
2. Người châu Âu không ăn bằng đũa.
3. Họ ăn bằng gì?
4. Người châu Âu ăn bằng thìa và nĩa.
5. Chúng tôi nói chuyện với nhau bằng tiếng Việt.
6. Chị Lee nói tiếng Việt rất thạo.
7. Từ Moscow đến Hà Nội chúng tôi đi bằng máy bay.

Từ vựng (어휘)

đũa	젓가락	nhựa	플라스틱
bằng	…로(수단)	nĩa	포크
bạch kim	(白金) 백금	pha lê	크리스탈
cốc	컵	tập thể dục	운동하다
ấm trà	찻주전자	thìa	수저
giày	신발	thạo	정통하다, 숙련하다
nhẫn	반지	thủy tinh	(水晶) 유리
lọ hoa	꽃병	vàng	금

Ngữ pháp (문법)

A 수단의 의미를 나타내는 전치사 "**bằng**" 은 뜻을 강조하기 위하여 "**bằng**" 앞에 "**làm**"을 덧붙혀 쓸 수 있다. 이때 "**làm**"은 "제조되다"라는 뜻을 갖는다.

Ví dụ
– Cái cốc này làm bằng pha lê.
– Cái đồng hồ của tôi làm bằng vàng.

a) 구와 문장의 구별

구	문장
– Cái bàn bằng gỗ này	– Cái bàn này bằng gỗ.
– Cái bát bằng sứ này	– Cái bát này bằng sứ.
– Cái cốc bằng nhựa kia	– Cái cốc kia bằng nhựa.
– Cái va li bằng da này	– Cái va li này bằng da.

b) 좀 더 복잡한 문장에서의 구별

– Cái bàn (bằng) gỗ này tốt.	– Cái bàn này bằng gỗ tốt.
– Cái bát (bằng) sứ kia trắng.	– Cái bát kia bằng sứ trắng.
– Cái bình (bằng) pha lê ấy đẹp.	– Cái bình ấy bằng pha lê đẹp.
– Cái va li (bằng) da của tôi tốt.	– Cái va li của tôi bằng da tốt.

B "**Cả** … **lẫn** …"은 한 문장에서 두개의 명사를 동시에 쓰고자 할 때 쓴다. "**cả** … **lẫn** …"은 "**và**"와 같은 뜻을 가지며 강조하는 의미를 지닌다. 읽거나 말할 때 "**cả** … **lẫn** …"을 강조하여 발음한다. 쓰이는 용법은 다음과 같다.

a) 문장의 주어에서 명사를 연결할 때

Ví dụ *Cả* chị ấy *lẫn* tôi đều là người Hàn Quốc.

b) 술부에서 두 요소를 연결할 때

Ví dụ
– Anh ấy biết *cả* tiếng Việt *lẫn* tiếng Anh.
– Chị ấy đã sống ở *cả* Hà Nội *lẫn* Huế.

C 방편과 도구의 수단으로 쓰인 전치사 "**bằng**"

Ví dụ – Người Việt Nam ăn *bằng* đũa.

Bài đọc cơ bản (기본독해)

Hang Pắc Bó

Năm 1941, Chủ tịch Hồ Chí Minh từ nước ngoài trở về để lãnh đạo cách mạng Việt Nam. Ông đã phải sống bí mật ở hang Pắc Bó. Hang này nằm trong một dãy núi, bên cạnh một con suối.

Con suối chảy quanh năm. Nước suối trong xanh như pha lê. Dòng suối ôm lấy khu rừng Pắc Bó. Con suối không rộng, không sâu. Cây cối ở hai bên bờ suối xanh tốt cả bốn mùa.

Hang Pắc Bó là chỗ ở đầu tiên của Chủ tịch Hồ Chí Minh khi ông mới về nước. Cuộc sống của ông ở đây rất đơn giản nhưng có ý nghĩa quan trọng đối với lịch sử Việt Nam. Ban ngày, ông làm việc. Ban đêm, ông ngủ trong hang. Trong hang có một chiếc giường. Giường của ông bằng tre. Đồ đạc của ông chỉ có một chiếc va li nhỏ. Chiếc va li này bằng mây. Hàng ngày, ông ăn uống rất kham khổ. Cháo nấu bằng ngô. Thức ăn là rau rừng và măng.

Hang Pắc Bó đã chứng kiến nhiều sự kiện lịch sử của cách mạng Việt Nam. Nơi đây Chủ tịch Hồ Chí Minh đã thành lập Mặt trận Việt Minh, tổ chức cách mạng lãnh đạo nhân dân Việt Nam tiến hành Cách mạng Tháng Tám. Đây cũng là nơi ông viết lời kêu gọi nhân dân Việt Nam đứng lên để đánh đuổi phát xít Nhật và thực dân Pháp.

Từ vựng 2

hang	굴(穴)	lãnh đạo	(領導) 영도하다
bí mật	(秘密) 비밀	ôm	껴안다
suối	냇가, 개천	măng	죽순
đứng dậy	일어나다	mây	구름
đánh đuổi	몰아내다, 쫓아내다	mặt trận	전선(戰線)
đồ đạc	가재도구	cháo	죽
sự kiện	(事件) 사건	nấu	요리하다
giường	침대	ngô	옥수수
kham khổ	부족한, 핍절	va li	짐
thành lập	(成立) 성립하다, 설립하다	rau	채소

Bài tập (연습)

1. "**Bài đọc cơ bản**"을 참고하여 아래 질문에 대답하시오.

1) Chủ tịch Hồ Chí Minh từ nước ngoài trở về Việt Nam khi nào?

2) Ông trở về Việt Nam để làm gì?

3) Ông sống ở đâu? Vì sao ông phải sống bí mật?

4) Nơi đó được miêu tả như thế nào?

5) Cuộc sống của ông ở đó thế nào? Những chi tiết nào trong bài cho ta biết về cuộc sống của ông?

6) Vì sao nói nơi đó có ý nghĩa quan trọng đối với lịch sử Việt Nam?

2. 아래 질문에 대답하시오.

1) Cái ấm trà của anh bằng gì?

2) Cái lọ hoa đẹp kia bằng gì?

3) Cái đồng hồ của chị ấy bằng gì?

4) Cái nhẫn của chị bằng gì?

5) Ngôi nhà này bằng gì?

6) Cái bảng trong lớp học bằng gì?

3. 아래 문장을 "**và**" 대신에 "··· **cả** ··· **lẫn** ···"를 이용한 형태로 바꾸시오.

1) Chị Bích Liên và anh Quốc Cường đều biết tiếng Anh.

2) Phòng của tôi và phòng của các anh ấy đều không có điện.

3) Hà Nội và Thành phố Hồ Chí Minh đều là những thành phố đẹp.

4) Chúng tôi đi bằng ô tô và xe lửa.

5) Chúng tôi mua quần áo và giày ở siêu thị.

6) Sáng nay tôi gặp chị Hoài Thu và bác sĩ Mạnh.

7) Tôi đã viết thư cho gia đình tôi và bạn tôi.

8) Thầy giáo khuyên tôi và chị Tú học chăm chỉ.

9) Hôm nay và ngày mai chúng tôi rất bận.

10) Ở thành phố và nông thôn mọi người đều làm việc tích cực.

11) Chúng tôi đã đi qua Huế và Đà Nẵng.

4. 아래 문장을 보기와 같이 "**bằng**" 을 이용한 문장으로 바꾸시오.

1) Anh đi ô tô.

2) Chị ấy ăn đũa.

3) Tôi viết bút máy.

4) Chúng tôi ăn nĩa.

5) Ô tô chạy bằng xăng.

6) Chúng tôi nói tiếng Việt.

7) Chị ấy viết bút chì.

8) Anh ấy gội đầu xà phòng.

9) Các anh ấy về xe lửa.

문제풀이

1. *Lựa chọn từ, ngữ thích hợp hoàn thiện câu:*

– Đàn ông thường cạo râu bằng

① bàn chải ② dao
③ dao cạo ④ lược

2. *Lựa chọn từ, ngữ thích hợp điền vào chỗ trống:*

– Mẹ tôi thường giặt quần áo bột giặt.

① với ② dùng
③ cùng ④ bằng

3. *Lựa chọn từ, ngữ thích hợp, hoàn thiện câu:*

– Chiếc túi mà chị ấy đang đeo được khâu

① bằng vải ② bằng tay
③ bằng ni–lông ④ bằng giấy

4. *Lựa chọn câu trả lời phù hợp với câu hỏi dưới đây:*

– Cái nhẫn kia (làm) bằng gì?

–

① Cái nhẫn kia bằng bạc. ② Cái nhẫn kia làm bằng tay.
③ Cái nhẫn kia làm bằng bạc ④ Cái nhẫn kia bằng bạc phải không?

5. *Lựa chọn câu hỏi phù hợp với câu trả lời dưới đây:*

–

– Chiếc lọ hoa bằng gốm kia trông rất đẹp.

① Chiếc lọ hoa kia trông thế nào?

② Chiếc lọ hoa kia bằng gì?

③ Chiếc lọ hoa kia làm bằng chất liệu gì?

④ Chiếc lọ hoa bằng gốm kia trông thế nào?

6. *Lựa chọn câu gần nghĩa với câu hỏi gạch dưới:*

– Các chị tới đây bằng gì?

– Chúng tôi tới đây bằng tắc–xi.

① Các chị tới đây bằng phương tiện gì?

② Các chị tới đây bằng tắc xi phải không?

③ Các chị có tới đây bằng tắc xi không?

④ Bằng cách nào gì các chị tới đây?

7. *Lựa chọn từ, ngữ gần nghĩa với từ, ngữ gạch dưới:*

– Chị ấy là một sinh viên chăm chỉ. Chị ấy học cả sáng lẫn chiều.

① cả ngày ② suốt ngày

③ cả ngày lẫn đêm ④ luôn luôn

8. *Lựa chọn cách giải thích hợp lí nhất:*

– Vé máy bay khứ hồi là loại vé hai chiều, gồm

① chỉ có 2 chiều đi ② cả chiều đi lẫn chiều về

③ cả chiều đi và chiều về ④ chỉ có 2 chiều về.

9. *Tìm câu trả lời đúng:*

– Người Việt Nam ăn cơm bằng gì?

① Người Việt Nam ăn cơm bằng thìa và dĩa.

② Người Việt Nam ăn cơm bằng đũa.

③ Người Việt Nam ăn cơm bằng tay.

④ Người Việt Nam ăn cơm bằng thìa và đĩa.

10. *Sắp xếp các từ, cụm từ sau thành câu đúng ngữ pháp:*

– chúng tôi / hiện nay / đã / với nhau / nói chuyện / tiếng Việt / bằng / có thể.

① Hiện nay, chúng tôi với nhau đã có thể nói chuyện bằng tiếng Việt.

② Hiện nay, chúng tôi đã với nhau có thể nói chuyện bằng tiếng Việt.

③ Hiện nay, chúng tôi đã có thể nói chuyện với nhau bằng tiếng Việt.

④ Hiện nay, chúng tôi đã có thể bằng tiếng Việt nói chuyện với nhau.

Bản ghi nhớ

Bài 08

Bố tôi tóc đã bạc

아버지 머리카락이 희어졌다

Câu mẫu (문형)

1 명사 + 형용사 형태의 술부
2 "**Nhau**" 활용법
3 "**Càng ngày càng**" 활용법 / **càng lúc càng**
4 절대부정형 "… **không** … **gì** …" 형태의 문형
5 "… **càng** … **càng**" 활용법

A

1. Bố tôi tóc đã bạc.
2. Mẹ tôi tính tình hiền lành.
3. Chị Phương Thảo dáng người thon thả.
4. Em gái chị ấy tóc đen và dài.
5. Anh Thái Bình vóc người tầm thước.
6. Những ngôi nhà làng tôi mái ngói đỏ tươi.
7. Ngôi nhà của chị Tuyết cửa sổ xanh.

B

1. Tôi và anh Tân nói chuyện về tình hình Việt Nam.
2. Chúng tôi nói chuyện với nhau về tình hình Việt Nam.
3. Chúng tôi gặp nhau ở ngoài phố.
4. Các anh ấy bảo nhau phải học tập tốt.
5. Chúng tôi thường viết thư cho nhau.
6. Các anh ấy mượn sách của nhau.
7. Chúng tôi rất quan tâm đến đời sống của nhau.

C

1. Chị Thanh Tâm ngày càng đẹp.
2. Các chị ấy học tập càng ngày càng tiến bộ.
3. Chúng tôi ngày càng quen với hoàn cảnh mới.
4. Mẹ tôi càng ngày càng già.
5. Bài học sẽ ngày càng khó.
6. Trời càng ngày càng rét.
7. Mưa ngày càng to.

D

1. Tôi đã không biết chuyện ấy.
2. Anh ấy cũng không biết gì chuyện ấy.
3. Chị có biết gì về tình hình văn học Việt Nam không?
4. Tôi chẳng biết gì về tình hình văn học Việt Nam cả.
5. Chúng tôi chẳng hiểu gì cả.
6. Sáng nay tôi chưa ăn gì cả.
7. Tôi đã không chú ý gì đến cô ấy cả.
8. Lâu nay tôi không nhận được tin tức gì của gia đình cả.

E

1. Các anh ấy càng học càng tiến bộ nhiều.
2. Tôi càng ở Việt Nam lâu càng biết nhiều về Việt Nam.
3. Chúng tôi càng học thì càng thấy tiếng Việt khó.
4. Tôi càng gần gũi cô ấy (thì) càng thấy mến (cô ấy).
5. Bài hát này càng nghe càng mê.
6. Trời càng mưa chúng tôi càng sốt ruột.
7. Chúng tôi càng sống ở Việt Nam (thì) càng yêu mến đất nước này.

Từ vựng (어휘)

đời sống	생활	quan tâm	(關心) 관심
bạc	(薄) 1.은(銀) 2.하얀	quen	사귀다, 알다, 익숙하다
càng ngày càng	날이갈수록	rét	추운
dáng người	신체외형	sốt ruột	안절부절 못하는
gần gũi	가까운	tình hình	(情形)1.정세 2.상황 3.형세
hiền lành	어진	tầm thước	균형잡힌
hoàn cảnh	(環境) 환경	thường	(常) 보통
mái (nhà)	지붕	thấy	보다
mê	(迷) 1.몰두하다 2.의식을 잃다	thon thả	늘씬한
mến	사랑하다	tiến bộ	(進步) 진보
nói chuyện	이야기하다	tính tình	(性情) 성질, 성격
ngày càng	날이갈수록	vóc người	체형, 몸매
ngói	타일		

Ngữ pháp (문법)

A 문형 "**DT1** + **DT2** + **TT**" 형태에서 술부부분에 속한 명사2는 주부에 속한 명사1에 의해서 표현되는 일부를 가르킨다

A	B
– Bố tôi tóc đã bạc.	⇒ Tóc bố tôi đã bạc.
– Chị ấy tính tình vui vẻ.	⇒ Tính tình chị ấy vui vẻ.

여기서 문형 A의 형태는 구어체에서 많이 쓰인다.

B "**Nhau**"는 두 사람, 두 사물 혹은 그 이상간의 상호관계를 나타낸다.

C "**Ngày càng**" 혹은 "**càng ngày càng**"은 시간이 지남에 따라 어떤 성질, 특징, 상태가 증가하였다고 하는 뜻을 갖는다. 읽고 말할 때 이 부분을 강조하여 발음한다.

D "… **không (chẳng, chưa)** … **gì** … **(cả)**"의 문형은 절대부정의 뜻으로 쓰인다.

E 부사 "**càng** … **càng** …"은 상호간에 진보관계가 있는 두 요소를 연결하는 역할을 한다. 두 요소는 두개의 단어, 두개의 구, 그리고 두개의 명제가 될 수 있다.

Ví dụ
- Các anh ấy càng học càng tiến bộ nhiều.
- Trời càng mưa chúng tôi càng sốt ruột.

위 예문에서와 같이 두 명제 사이에 "**thì**"를 쓸 수 있다.

Bài đọc cơ bản (기본독해)

Người nữ bác sĩ dân tộc Mèo

Thào Thị Thanh là người nữ bác sĩ đầu tiên của dân tộc Mèo. Người nữ bác sĩ ấy vóc người tầm thước. Đôi mắt hiền dịu và thông minh. Chị tính tình vui vẻ.

Lúc bé Thanh không được học gì cả. Lên mười sáu tuổi, Thanh mới bắt đầu đi học. Thanh và một số bạn ở bản Na Sù xa xôi được đưa về ăn học ở trường dành cho thiếu niên miền núi của Việt Bắc.

Nhiều năm tháng đã trôi qua, nhưng nhiều khi Thanh vẫn tưởng mình đang sống trong mơ. Hồi đó, người Mèo không có ruộng đất, không có chữ viết. Họ sống lang thang trên các đỉnh núi. Khi ốm, người Mèo không có thuốc. Bố Thanh chết khi Thanh mới ba tuổi. Ba năm sau mẹ Thanh cũng qua đời. Bố mẹ Thanh không để lại cho ba anh em Thanh gì cả ngoài một túp lều và một con dao rừng.

Những kỷ niệm đẹp của Thanh là những ngày sống trong tình thương yêu của các cô giáo, thầy giáo và các bạn ở trường phổ thông. Các cô giáo, thầy giáo đã tận tình dạy dỗ và chăm sóc học sinh. Thanh và các bạn đã giúp đỡ nhau trong học tập, thương yêu nhau trong đời sống tập thể. Thanh càng học càng say mê. Thanh và các bạn càng ngày càng tiến bộ trong học tập. Hiểu biết của Thanh ngày càng mở rộng.

Sau khi học xong phổ thông, Thanh vào học ở trường đại học y khoa. Trả lời câu hỏi "Tại sao chị chọn ngành y?", Thanh nói:

"Xưa kia, người Mèo chúng tôi bị khổ cực và dốt nát. Muốn có cuộc sống mới, chúng tôi cần bác sĩ và thầy giáo. Vì vậy tôi vào học trường đại học y khoa".

Sáu năm ở trường đại học, cô gái Mèo ấy đã học tập say mê để nắm vững những hiểu biết cơ bản của người bác sĩ đa khoa.

Và Thanh đã trở thành người bác sĩ đầu tiên của dân tộc Mèo. Chị trở về quê hương để phục vụ nhân dân mình. Công việc của một bác sĩ ở bệnh viện miền núi xa xôi thật là vất vả. Thanh đã phải vượt núi băng rừng trong đêm tối để đến với người bệnh. Vì yêu nghề và yêu người nên nữ bác sĩ Thào Thị Thanh được mọi người yêu mến và tin tưởng.

Từ vựng 2

để lại	남겨두다	quá khứ	(過去) 과거
đỉnh	(– núi) 산꼭대기(정상)	quân đội	(軍隊) 군대
bác sĩ đa khoa	(博士多科) 종합병원의사	quê hương	(鄕) 고향
bản	(本·版) 1.본 2.판 3.근원	rỗi	한가한
chăm sóc	돌보다	ruộng đất	논, 토지
chữ viết	글자	sách học	공부하는 책
chọn	선택하다. 고르다	say mê	몰두하다
cứu sống	생명을 구하다	tình thương yêu	사랑하는 정
dân tộc	(民族) 민족	tận tình	(眞情) 진실로
dạy dỗ	가르치다	tưởng	(想) 생각하다
dốt nát	무지한	tập thể	(集體) 집체, 집단
hỏi thăm	안부를 묻다	thiếu nhi	(小兒) 소아, 아동
hiền dịu	어진	thuốc	약
khổ cực	어려운	túp lều	작고 허름한 집
lang thang	이리저리 배회하다	trôi qua	지나가다
mơ	꿈, 공상하다	trường đại học y khoa	(場大學醫科) 의과대학
miền núi	산간지역	vượt núi băng rừng	산과 숲을 지나
ngành	분야, 부문, 분류	xa xôi	아주 멀리 떨어진
nhắn	소식을 전하다		

Bài tập (연습)

1. "**Bài đọc cơ bản**" 에 근거하여 아래 질문에 대답하시오.

1) Chị Thanh người dân tộc nào?

2) Chị Thanh người như thế nào?

3) Cuộc đời của Thanh thay đổi như thế nào?

4) Tại sao chị Thanh chọn ngành y?

5) Ở trường đại học y khoa, Thanh đã học tập như thế nào?

6) Bác sĩ Thanh làm việc như thế nào?

2. 아래 문장을 보기처럼 술부를 "명사 + 형용사" 형태로 고치시오

Ví dụ Tóc mẹ tôi chưa bạc ⇒ Mẹ tôi tóc chưa bạc.

1) Da anh ấy hồng hào.

2) Mắt em bé này to.

3) Thân hình anh ấy cân đối.

4) Nét mặt chị Lan Hương tươi tắn.

5) Khuôn mặt ông ấy rất khắc khổ.

6) Tính tình chị ấy vui vẻ, cởi mở.

7) Vóc người ông ấy thấp, nhỏ.

8) Cổ con ngỗng này dài.

9) Đồng ruộng quê tôi xanh tốt.

3. 아래 문장을 보기와 같이 "**càng ngày càng**" 혹은 "**ngày càng**" 형태로 바꾸시오.

Ví dụ Anh ấy sẽ khỏe ⇒ Anh ấy sẽ càng ngày càng khỏe.

1) Chị Hảo nói tiếng Việt giỏi.

2) Chúng tôi thích nghi với đời sống ở Việt Nam.

3) Đời sống của nhân dân được cải thiện.

4) Nông nghiệp của Việt Nam phát triển.

5) Điện ảnh Hàn Quốc có nhiều bộ phim hay.

6) Gió thổi mạnh.

7) Xe lửa chạy nhanh.

8) Ở ngoài phố người đông.

4. 아래 질문에 대답하시오.

1) Anh có mua gì không?

2) Sáng nay anh có ăn gì không?

3) Chị có biết gì về anh ấy không?

4) Anh có hiểu gì về vấn đề ấy không?

5) Chị có ý kiến gì về vấn đề ấy không?

5. "… **càng** … **càng** …" 형태를 이용하여 아래 문장들을 하나의 문장으로 만드시오.

1) Chúng tôi luyện tập nhiều.

Chúng tôi sẽ giỏi tiếng Việt.

2) Anh ấy nói.

Chúng tôi không hiểu.

3) Chúng tôi đi nhiều.

Chúng tôi biết nhiều.

4) Hoàn cảnh khó khăn.

Chúng tôi phải cố gắng.

5) Chúng tôi nghiên cứu ngữ pháp tiếng Việt.

Chúng tôi thấy thú vị.

6) Tôi nhìn cô ấy.

Cô ấy đỏ mặt.

7) Chúng tôi ở đây lâu.

Chúng tôi thấy được nhiều điều mới lạ.

문제풀이

1. Lựa chọn từ thích hợp, điền vào chỗ trống:

– Dân số ở các thành phố lớn trên thế giới ______ tăng

① hàng ngày đều
② mỗi một ngày
③ càng ngày càng
④ ngày đến ngày

2. Tìm và lựa chọn từ thích hợp nhất, điền vào chỗ trống:

– "Đêm càng ______ trời càng lạnh".

① tối
② sớm
③ muộn
④ khuya

3. Lựa chọn từ thích hợp nhất, hoàn thiện câu:

– Vào dịp Giáng sinh, tôi và các bạn luôn gửi thư ______

① đến nhau
② cho nhau
③ tới nhau
④ vì nhau

4. Chọn câu trả lời thích hợp với câu hỏi dưới đây:

– Các chị có biết gì về lịch sử Việt Nam không?

– ______

① Không. Chúng tôi không biết về lịch sử Việt Nam.
② Không. Chúng tôi không biết lịch sử Việt Nam là gì cả.
③ Không. Chúng tôi không biết gì về lịch sử Việt Nam cả.
④ Không. Chúng tôi không biết về lịch sử Việt Nam chút nào cả.

5. Chọn câu hỏi thích hợp với câu hỏi dưới đây:

–

– Vâng. Chúng tôi không biết gì về họ cả.

① Các anh có biết họ không?

② Các anh không biết gì về họ phải không?

③ Các anh không biết gì về họ à?

④ Các anh có biết gì thêm về họ không?

6. Lựa chọn câu gần nghĩa với câu dưới đây:

– Mấy hôm nay, ông ấy không gặp ai cả.

① Mấy hôm nay, ông ấy không hề gặp một ai cả.

② Mấy hôm nay, ông ấy không gặp bất cứ người nào cả.

③ Mấy hôm nay, ông ấy không hề gặp một người nào cả.

④ Mấy hôm nay, ông ấy không gặp bất cứ ai cả.

7. Tìm câu sai:

① Năm nay, mẹ tôi hơn 70 tuổi, lưng mẹ tôi đã còng.

② Năm nay, mẹ tôi hơn 70 tuổi, lưng bà ấy đã còng.

③ Năm nay, mẹ tôi hơn 70 tuổi, mẹ tôi đã lưng còng.

④ Năm nay, mẹ tôi hơn 70 tuổi, mẹ tôi lưng đã còng.

8. *Tìm cách giải thích hợp lí nhất cho từ, ngữ gạch dưới:*

"Thào Thị Thanh là người nữ bác sĩ đầu tiên của dân tộc Mèo. Năm nay chị ba mươi hai tuổi. Người nữ bác sĩ ấy vóc người tầm thước".

– Vóc người tầm thước có nghĩa là

① hơi cao một chút so với mức vừa phải

② hơi thấp một chút so với mức vừa phải

③ không cao không thấp, vừa phải

④ vừa cao vừa to

9. *Sắp xếp các từ, cụm từ sau thành câu đúng ngữ pháp:*

– nóng lên / của / trái đất / đang / càng ngày / chúng ta / càng.

① Trái đất của chúng ta càng ngày đang càng nóng lên.

② Trái đất của chúng ta đang càng ngày càng nóng lên.

③ Trái đất của chúng ta đang ngày càng càng nóng lên.

④ Trái đất của chúng ta đang càng càng ngày nóng lên.

10. *Đọc lại đoạn văn dưới đây trong bài đọc:*

"Hồi đó, người Mèo không có ruộng đất, không có chữ viết. Họ sống lang thang trên các đỉnh núi. Khi ốm, người Mèo không có thuốc. Bố Thanh chết khi Thanh mới ba tuổi. Ba năm sau mẹ Thanh cũng qua đời. Bố mẹ Thanh không để lại cho ba anh em Thanh gì cả ngoài một túp lều và một con dao rừng".

Lựa chọn câu trả lời đúng cho câu hỏi:

– Chị Thào Thị Thanh mồ côi mẹ lúc mấy tuổi?

① ba tuổi ② bốn tuổi

③ năm tuổi ④ sáu tuổi

Bài 09

Cái đồng hồ mới kia của ai?

저기 새 시계는 누구의 것입니까?

Câu mẫu (문형)

1 "**Của + DT**" 형태의 술부
2 "… **chỉ** … **thôi** …" 형태의 문형 활용법
3 "**ĐT + đi + ĐT + lại**" 형태의 문형 활용법
4 "**Thế, vậy**" 활용법

A

1. Tôi có cái đồng hồ mới.
2. Cái đồng hồ cũ kia của ai?
3. Cái đồng hồ cũ ấy của anh Tiến.
4. Cái máy ghi âm này của bạn tôi.
5. Bài thơ hay này của nhạc sĩ Huyền Trân.
6. Bản nhạc giao hưởng này của nhạc sĩ Huyền Trân.
7. Những tác phẩm này của nhà thơ Nguyễn Du.

B

1. Tôi chỉ mua sách thôi.
2. Chị ấy chỉ uống cà phê thôi.
3. Tôi chỉ nói được tiếng Việt thôi.
4. Chúng tôi chỉ được nghỉ một ngày thôi.
5. Cái áo dài này của ai?

6. Anh ấy chỉ nói suông thôi.
7. Chị Thu Giang chỉ có một bộ áo dài thôi.
8. Tôi chỉ đến thư viện thôi.
9. Ở đây chỉ có chị Bích Liên biết hát thôi.

C

1. Tôi đã đọc đi đọc lại cuốn tiểu thuyết này.
2. Chúng tôi phải dịch đi dịch lại bài thơ này.
3. Thầy giáo đã giảng đi giảng lại hiện tượng ngữ pháp ấy.
4. Chị ấy cứ hỏi đi hỏi lại tôi về anh ấy.
5. Chúng tôi vẫn sẽ còn nghe đi nghe lại bài hát "Tình ca".
6. Hội nghị đã thảo luận đi thảo luận lại vấn đề quan trọng ấy.
7. Bác sĩ cứ dặn đi dặn lại là tôi không được hút thuốc.
8. Tôi đã nói đi nói lại với anh về vấn đề ấy rồi.

D

1. Hôm qua anh ấy xem phim.
2. Hôm qua tôi cũng thế.
3. Sáng mai các chị ấy nghỉ học.
4. Sáng mai chúng tôi cũng thế.
5. Trước đây cô Ngọc rất đẹp.
6. Bây giờ cô ấy vẫn thế.
7. Anh Hùng là người Việt Nam.
8. Anh Dũng cũng thế.
9. Trước đây anh ta là một người lười biếng.
10. Bây giờ anh ấy không thế nữa.
11. Đà Nẵng trước đây rất hẹp.
12. Đà Nẵng ngày nay không còn thế nữa.

E

1. (Trời mưa cả ngày.) Vì thế tôi không đi chơi.
2. (Tôi chưa hiểu bài.) Vì thế thầy giáo giảng lại.
3. (Chúng tôi mới học tiếng Việt.) Vì thế chúng tôi chưa nói được nhiều.
4. (Chị ấy bị ốm.) Vì thế chúng tôi đến thăm chị ấy ở bệnh viện.
5. (Phim này rất hay.) Vì thế nhiều người muốn xem.
6. (Chúng tôi đang xây dựng lại đất nước.) Vì thế chúng tôi phải thắt lưng buộc bụng.
7. (Đất nước Việt Nam có truyền thống văn hoá lâu đời.) Vì thế chúng tôi rất tự hào.
8. (Anh ấy là sinh viên năm thứ ba.) Bạn gái tôi cũng vậy.
9. (Hôm nay, tôi mệt mỏi.) Vì vậy tôi không leo núi.

Từ vựng (어휘)

bài thơ	시(詩)	nhà thơ	시인
bản nhạc giao hưởng	(本樂交響) 교향곡	nhạc sĩ	(樂士) 음악가
dặn	타이르다	quan trọng	(關重) 중요한, 중대한
giải phóng	(解放) 해방	suông thôi	내용이 없는
giảng	(講) 강의하다	tác phẩm	(作品) 작품
hư hỏng	고장나다	thảo luận	(討論) 토론
hỏi	묻다	thắt lưng buộc bụng	허리띠를 졸라매다
hỗn loạn	(混亂) 혼란	thế	그렇다
hội nghị	(會議) 회의	truyền thống	(傳統) 전통
hiện tượng	(現象) 현상	tự hào	(自豪) 자부하다
máy ghi âm	(音) 녹음기	vấn đề	(問題) 문제
nghỉ học	(學) 학업을 쉬다		

Ngữ pháp (문법)

A 소유격 "**của**" 자체가 문장에서 술부를 이루는 특징

Ví dụ
- Bộ quần áo ấy của tôi.
- Cái bút máy này của chị Lan.

"**Của**" 뒤는 하나의 명제일 수 있다.

Ví dụ
- Cái máy ảnh ấy của chị Thuyết mua.
- Bài hát này của nhạc sĩ Phương Đông sáng tác.

구어체에서 "**của**" 앞에는 조사 "**là**"가 올 수 있다.

Ví dụ
- Cái nón đẹp này là của chị Bích Ngọc.
- Bản nhạc ấy là của nhạc sĩ Anh Việt.

읽거나 말할 때 "**của**"를 강조하여 발음한다.

B "… **chỉ** … **thôi** …" 는 "단지 …이다"라는 뜻으로서 "**chỉ**"는 동사 앞에 오며 "**thôi**"는 문미에 온다.

C "… **đi** … **lại**"는 여러번 중첩하여 일어난 일을 표현할 때 쓴다. 문형은 "**ĐT** + **đi** + **ĐT** + **lại**" 형태이다.

D 대명사 "**thế**"는 사람들이 이미 알고 있거나 전달되었던 내용을 대신하기 위하여 쓰인다. 때문에 이는 단독으로 술부의 역할을 담당하며, 앞에 부정을 뜻하는 "**không**" 혹은 "**chẳng**", 동일성을 뜻하는 "**cũng**", 계속성을 뜻하는 "**vẫn**"이 올 수 있다.

E "**Thế**"는 하나의 뜻을 전달한 전체 한 문장을 대신할 때 쓰인다. "**Thế**"는 아래 예문과 같이 동의어 "**vậy**"로도 쓸 수 있다.

Ví dụ

– (Anh uống bia.) Tôi cũng vậy.

– (Trời mưa suốt ngày.) Vì vậy tôi không đi chơi.

Bài đọc cơ bản (기본독해)

Huế

Huế là một trong những trung tâm văn hóa, nghệ thuật lớn của Việt Nam. Huế là sự kết hợp hài hòa của núi, sông và biển. Chúng ta có thể lên núi Bạch Mã để đón gió biển. Từ đèo Hải Vân mây phủ chúng ta nghe thấy tiếng sóng biển rì rào. Từ đây, buổi sáng chúng ta có thể lên Trường Sơn, buổi chiều tắm biển Thuận An, và ban đêm ngủ thuyền trên sông Hương.

Huế có sông Hương và núi Ngự Bình. Sông Hương đẹp như một dải lụa xanh bay lượn trong tay một nghệ sĩ múa. Núi Ngự Bình nổi bật trên nền trời trong xanh của Huế. Chiều đến, những chiếc thuyền nhỏ nhẹ nhàng lướt trên dòng nước phẳng lặng của Sông Hương.

Huế không chỉ có cảnh đẹp. Huế còn có những công trình kiến trúc nổi tiếng. Nghệ thuật điêu khắc và trang trí của Huế rất đặc sắc. Huế nổi tiếng với những lăng tẩm của các vua Nguyễn, với chùa Thiên Mụ, Trúc Lâm, với đài Vọng Cảnh, điện Hòn Chén, chợ Đông Ba v.v.. Huế còn được mọi người yêu mến vì những sản phẩm đặc biệt của mình. Huế là thành phố của những mảnh vườn xinh đẹp, những vườn hoa, cây cảnh, những vườn chè, vườn cây ăn quả.

Huế không phải chỉ có thế thôi. Huế còn nổi tiếng về những món ăn đặc biệt. Những món ăn chỉ của riêng Huế.

Huế không chỉ có thiên nhiên đẹp và những đặc sản nổi tiếng. Huế còn là quê hương của những con người kín đáo, dịu dàng trong cuộc sống hàng ngày, cần cù và sáng tạo trong công việc.

Huế nhỏ, nhưng đẹp và thơ mộng. Huế là niềm tự hào của người Việt và là điểm du lịch nổi tiếng đối với du khách quốc tế.

Từ vựng 2

đài	방송국	lăng tẩm	릉(陵)
đặc sắc	(特色) 특색	lượt	지나가다
đèo	1. 능선, 고개티 2. 산을 오르다	mái chèo	긴 노, mái dầm과 구별
điện	(電) 전기	mây	구름
điêu khắc	(彫刻) 조각	ngọt ngào	달콤한
êm đềm	조용한, 잔잔한	nghệ thuật	(藝術) 예술
bài thơ trữ tình	(詩抒情) 서정시	phủ:	1. (府) phủ Chủ tịch: 대통령집무실. 2. 눈, 구름이 덮여있는(깔려있는)
bay lượn	날다, 선회하다	rì rào	의성어
công trình kiến trúc	(工程建築) 건축물	sản phẩm	(產品) 생산품
cây ăn quả	(果) 과일나무	sóng	파도
cây cảnh	조경수	sụp đổ	무너지다, 파산하다
ca ngợi	찬양하다	sự kết hợp	(結合) 결합
dải lụa	비단천	thú vị	(趣味) 흥미로운
di tích lịch sử	(遺跡歷史) 역사유적	thu hút	끌어들이다
diễn tả	(演瀉) 묘사하다	trang trí	(裝置) 장치하다, 장식하다
hài hoà	(諧和) 조화시키다	trung tâm	(中心) 중심, 센터
hò	부르다	viên ngọc	(玉) 옥
không gian	(空間) 공간	vua	왕
kỷ niệm	(紀念) 기념	yên ngựa	말안장
kín đáo	비밀스러운		

Bài tập (연습)

1. 아래 문장의 "**nhiều lần**"를 "… **đi** … **lại** …" 형태의 문장으로 바꾸시오.

1) Tôi đã nghe nhiều lần bài hát này.

2) Chị Phương Dung đọc nhiều lần bức thư của người yêu.

3) Anh ấy cứ hỏi tôi nhiều lần về cô gái ấy.

4) Ô tô của chúng tôi chạy nhiều lần dọc bờ biển.

5) Vở kịch này được diễn nhiều lần ở Nhà hát thành phố.

6) Cuốn tiểu thuyết của nhà văn ấy được xuất bản nhiều lần ở Việt Nam.

7) Cuốn phim "Người Mỹ trầm lặng" được chiếu nhiều lần ở Việt Nam.

8) Cuốn từ điển này được in nhiều lần.

2. 아래 주어진 단어들을 보기와 같은 형태의 문장으로 바꾸시오.

Ví dụ Tôi chỉ biết tiếng Việt thôi.

1) nói được tiếng Việt

2) dịch được từ tiếng Việt sang tiếng Hàn

3) uống được bia

4) ăn bánh mì

5) được nghỉ giải lao mười lăm phút

6) thích nghe nhạc giao hưởng của Beethoven

7) yêu cô ấy

8) mua đường

문제풀이

1. *Chọn từ thích hợp, điền vào chỗ trống:*

– Ngày mai là ngày quốc khánh. Vì ______ chúng tôi được nghỉ học

① thế ② vậy
③ như thế ④ như vậy

2. *Chọn cặp từ thích hợp, hoàn thiện câu:*

– Chị có mua gì nữa không ?
– Dạ, không. Tôi ______ mua thế này ______

① vì ... nên ... ② không những ... mà còn ...
③ chỉ ... thôi. ④ nếu ... thì ...

3. *Chọn từ, ngữ thích hợp, hoàn thiện câu:*

– Anh ấy thích uống cà phê vào sáng sớm, còn tôi không thích ______

① vậy ② vì thế
③ vì vậy ④ thế

4. *Chọn câu trả lời phù hợp với câu hỏi dưới đây:*

– Cái máy ảnh kia của ai ?
– ______

① Cái máy ảnh kia của bạn tôi. ② Cái máy ảnh kia thuộc bạn tôi.
③ Cái máy ảnh kia là của bạn tôi. ④ Cái máy ảnh kia thuộc về bạn tôi.

5. Chọn câu hỏi phù hợp với câu trả lời dưới đây:

–

– Bài hát mà anh ấy đang nghe là của một nhạc sĩ Việt Nam sáng tác.

① Bài hát mà anh đang nghe là của ai sáng tác ?

② Bài hát mà tôi đang nghe là của ai sáng tác ?

③ Bài hát mà tôi đang nghe là của ai ?

④ Bài hát mà tôi đang nghe là của một nhạc sĩ Việt Nam à ?

6. Tìm câu sai:

① Bản nhạc ấy là của nhạc sĩ Anh Việt.

② Bản nhạc ấy là của nhạc sĩ Anh Việt sáng tác.

③ Bản nhạc ấy do nhạc sĩ Anh Việt sáng tác.

④ Bản nhạc ấy được sáng tác bởi nhạc sĩ Anh Việt.

7. Chọn câu gần nghĩa nhất với câu dưới đây:

– Quyển sách này đã được tái bản nhiều lần.

① Quyển sách này lại được tái bản.

② Quyển sách này lại được tái bản thêm một lần nữa.

③ Quyển sách này lại được tái bản lại.

④ Quyển sách này đã được tái bản đi tái bản lại.

8. Tìm những cặp từ đồng nghĩa để nối 2 câu thành 1 câu:

"Huế không chỉ có cảnh đẹp. Huế còn có những công trình kiến trúc nổi tiếng".

① Huế có cảnh đẹp và cũng có những công trình kiến trúc nổi tiếng.

② Huế không chỉ có cảnh đẹp mà còn có những công trình kiến trúc nổi tiếng.

③ Huế có cảnh đẹp và có cả những công trình kiến trúc nổi tiếng.

④ Huế không những có cảnh đẹp mà còn có những công trình kiến trúc nổi tiếng.

9. *Sắp xếp các từ, cụm từ sau thành câu đúng ngữ pháp:*

– đã / tôi / hát lại / hát đi / bài hát / mà / chưa / này / thuộc / vẫn.

① Tôi đã hát lại hát đi bài hát này mà vẫn chưa thuộc.

② Tôi đã hát đi hát lại bài hát này vẫn chưa thuộc mà.

③ Tôi đã hát đi hát lại bài hát này mà vẫn chưa thuộc.

④ Tôi đã hát đi hát lại bài hát này mà chưa vẫn thuộc.

10. *Đọc lại những câu, đoạn dưới đây trong bài đọc:*

"Huế còn được mọi người yêu mến vì những sản phẩm đặc biệt của mình ... Huế không phải chỉ có thế thôi. Huế còn nổi tiếng về những món ăn đặc biệt của mình. Những món ăn chỉ của riêng Huế ... Huế không chỉ của thiên nhiên đẹp, của những đặc sản. Huế còn của những con người kín đáo, dịu dàng trong sinh hoạt, ..."

Hãy chọn cách giải thích đúng nhất:

Đặc sản là ______

① những sản phẩm đặc biệt được làm ở địa phương.

② những món ăn đặc biệt của địa phương.

③ những sản phẩm đặc biệt được bán ở địa phương.

④ những sản phẩm đặc biệt, chỉ của riêng địa phương.

Bài 10

Tôi có trông thấy cô Lan ở thư viện

도서관에서 란 선생님을 보았다

Câu mẫu (문형)

1 "Có" 활용법
2 "Do" 활용법
3 목적을 나타내는 "vì, để" 활용법

A

1. Trước đây tôi có làm việc ở nhà máy cơ khí Hà Nội.
2. Năm ngoái chúng tôi có đến cảng Cam Ranh.
3. Tối qua tôi có gặp anh Hùng ở câu lạc bộ.
4. Tôi có được gặp tiến sĩ Tâm trong một hội nghị khoa học.
5. Nhân ngày sinh của tôi, anh ấy có gửi quà cho tôi.
6. Tôi có trông thấy cô Lan ở chợ.

B

1. Chủ nhật trời có đẹp (thì) chúng tôi mới đi bơi thuyền ở hồ Tây.
2. Anh ấy có mua được bánh đa (thì) chúng tôi mới làm nem rán.
3. Chị Thúy Quỳnh có mời (thì) tôi mới đến dự tiệc.
4. Anh ấy có nói (thì) tôi mới biết chuyện ấy.
5. Chúng ta có làm việc (thì) mới có lương.

C

1. Anh Quỳnh chỉ uống có một cốc rượu.
2. Chị Thúy chỉ mua có một cái áo mưa.
3. Mỗi tuần chúng tôi chỉ lên lớp có năm buổi.
4. Hôm nay chúng tôi chỉ học có hai tiết.
5. Tháng này tôi chỉ nhận được của gia đình có một lá thư.
6. Tôi chỉ gặp cô ấy có một lần ở khách sạn.
7. Anh ấy chỉ cao có một mét năm mươi.

D

1. Cuốn từ điển tiếng Việt ấy do ai mua?
2. Cuốn từ điển tiếng Việt ấy do tôi mua.
3. Bài thơ này do chị Mỹ Lệ làm.
4. Câu chuyện ấy do anh Khánh kể.
5. Thuốc lá này do nhà máy thuốc lá Thăng Long sản xuất.
6. Tấm ảnh kia do anh Bích chụp.
7. Con đường này do chúng tôi làm.
8. Bức tranh này do họa sĩ Bùi Xuân Phái sáng tác.

E

1. Tấm ảnh do anh Bích chụp rất đẹp.
2. Bài thơ do chị Mỹ Lệ sáng tác rất hay.
3. Câu chuyện do chị ấy kể đã làm xúc động mọi người.
4. Bản báo cáo do ông Thanh Xuân trình bày đã được mọi người đánh giá cao.
5. Cái đồng hồ do nhà máy Trường Sơn sản xuất rất tốt.
6. Đoàn đại biểu Hàn Quốc do Bộ trưởng Bộ Văn hóa dẫn đầu đã đến Hà Nội.

F

1. Anh Bình mua từ điển để học tiếng Việt.
2. Chị Ngọc Trinh mang cái nón đẹp này về nước để biếu mẹ.
3. Anh Hùng đến nhà máy điện để gặp giám đốc.
4. Chúng tôi làm việc hết sức mình để phát triển công ty.
5. Nhân dân Việt Nam chiến đấu để giành độc lập và tự do cho đất nước mình.
6. Con người bay lên mặt trăng để khám phá vũ trụ.
7. Anh mang rượu đến đây để làm gì?
8. Tôi mang rượu đến đây để chúng ta cùng uống.

G

1. Tôi làm việc này vì anh.
2. Cô giáo vất vả vì sinh viên.
3. Chúng tôi làm việc tích cực vì cuộc sống tương lai.
4. Các chiến sĩ chiến đấu vì Tổ quốc.
5. Chúng tôi xây dựng đất nước vì các thế hệ mai sau.
6. Nhân dân thế giới đấu tranh vì một nền hoà bình thật sự.

Từ vựng (어휘)

đánh giá	(價) 가격을 매기다	liên hoan	(宴歡) 연회
đoàn đại biểu	(團代表) 대표단	ngày sinh	(生) 생일
áo mưa	비옷	nhân	기회, 때
bơi thuyền	(船) 뱃놀이	nhà máy điện	(電) 발전소
báo cáo	(報告) 보고	nhạt	싱거운
bộ trưởng	(部長) 장관	nền hoà bình	(和平) 평화
bộ văn hoá	(部文化) 문화부	phục vụ	(服務) 써비스하다, 봉사하다
biếu	증정하다, 드리다, 바치다	bình quân	(均平) 평균, 균형
buổi (buổi học)	수업	quà	선물
cải tiến	(改進) 개진하다, 개선하다	sáng tác	(創作) 창작하다
cảng	(港) 항구	tương lai	(將來) 장래, 미래
cốc	컵, 잔	tấm ảnh	(影) 사진
chợ	시장	thương	사랑하다
chinh phục	(征服) 정복하다	thật sự	(事實) 사실
chế tạo	(製造) 제조하다	thế giới	(世界) 세계
chụp ảnh	(影) 사진을 찍다	thế hệ	(世系) 1.세대 2.시대
dẫn đầu	(引頭) 인솔하다	tiến sĩ	(進士) 박사
hội nghị khoa học	(會議科學) 과학회의	tiết	(節) 수업시간
hưởng thụ	(享受) 향수하다, 누리다	trình bày	설명하다
hết sức mình	최선을 다하다	trước đây	전에
lần	차례, 횟수	xúc động	(觸動) 감동하다
vất vả	바쁜, 힘든		

Ngữ pháp (문법)

A "Có" 활용법

행동의 완성을 의미하는 "**đã**" 와 같은 뜻으로 쓰인다. 동사 앞에 와서 그 동사에 의해서 표현되었던 행동과 상태가 과거와 실제 속에서 확실히 발생했음을 나타낸다. "**Có**"는 동사 앞에 온다. 아래 문장에서 보는 바처럼 "**có**"는 "**đã**"와 같은 뜻과 함께 의미의 강조와 동사가 확실히 일어났음을 의미한다.

a) Anh ấy đưa cho tôi một cái bút.
b) Anh ấy đã đưa cho tôi một cái bút.
c) Anh ấy có đưa cho tôi một cái bút.

B "**Có**"는 "**có … mới**" 형태로 쓰여 조건과 결과를 연결해주는 의미로 쓰인다. "**Có**"는 조건문의 동사 앞에 오며 "**mới**"는 결과문의 동사 앞에 온다. 조건문과 결과문 사이에 "**thì**"를 둘 수 있다.

Ví dụ Anh ấy có nói (thì) tôi mới biết chuyện ấy.

C "**Chỉ … có**"는 문법적으로 "**chỉ … thôi**"와 같은 의미를 갖는다. 뜻은 단지, 다만의 뜻이다.

D **DT** + "**do**" + 주체 + **ĐT** 형태의 문장은 주체의 행동에 의해서 명사라는 결과가 이루어질 때 쓴다. 이 형태는 구어체에서 주부와 술부사이에 be동사 "**là**"를 쓴다. 그리고 읽을 때와 말할 때 술부 앞에서 잠시 쉰다. 한편, "**Bài thơ do chị Mỹ Lệ sáng tác rất hay**"라는 문장에서 보는 바와 같이 **DT** + "**do**" + 주체 + **ĐT** 형태의 "**Bài thơ do chị Mỹ Lệ sáng tác**"이 주부가 되어 **rất hay**라고 하는 새로운 술부를 갖게 된다.

E "**Để**"는 문법적으로 전치사이며 동사나 명제 앞에 와서 술부에 있는 정동사의 목적을 나타내기 위해서 쓰인다.

Ví dụ
– Anh Bình mua từ điển để học tiếng Việt.
– Tôi mang rượu đến đây để chúng ta cùng uống.

F "**Vì**"는 문법적으로 전치사이며 명사앞에 와서 술부에 있는 정동사의 목적을 나타내기 위해서 쓴다.

Ví dụ
Chúng tôi lao động quên mình vì sự nghiệp xây dựng đất nước.

Bài đọc cơ bản (기본독해)

Một lựa chọn khó khăn

Mùa hè năm 1972, Trường Đại học Bách khoa Pháp đã phải mở rộng cửa để đón một nữ thanh niên 18 tuổi, công dân nước Việt Nam. Đó là Tạ Thu Thủy.

Trường Đại học Bách khoa Pháp là niềm tự hào của nước Pháp. Trường đại học này nổi tiếng trên thế giới. Nó do Napoleon I xây dựng. Nó đã đào tạo nhiều nhà bác học thiên tài cho nước Pháp. Sinh viên có vượt qua được những kỳ thi rất khó thì mới được vào học ở trường này. Suốt trong 179 năm, trường này chỉ nhận sinh viên nam. Năm 1972, lần đầu tiên trong lịch sử, Trường Đại học Bách khoa Pháp nhận sinh viên nữ. Lúc này Tạ Thu Thủy cũng thi vào Trường Cao đẳng Sư phạm Paris. Chị lại quyết định thi vào cả Trường Đại học Bách khoa. Chị thi vào cả hai trường. Tạ Thu Thủy đã thành công rực rỡ. Chị đạt điểm cao nhất trong kỳ thi vào Trường Đại học Bách khoa và đứng thứ ba trong kỳ thi vào Trường Cao đẳng Sư phạm Paris. Đó là một thành tích đặc biệt của một cô gái 18 tuổi người nước ngoài. Tạ Thu Thủy sinh ra và lớn lên ở nước Pháp. Chị rất quen thuộc với nền văn hoá Pháp. Nhưng chị luôn luôn nhớ đến Tổ quốc Việt Nam. Năm 18 tuổi, chị phải chọn quốc tịch. Chị đã chọn quốc tịch Việt Nam. Một nhà báo có hỏi chị: “Vì sao chị chọn quốc tịch Việt Nam?” Chị trả lời: “Tôi đã chọn quốc tịch Việt Nam vì đó là lựa chọn một nền văn hoá, một di sản và một lý tưởng”.

Đối với một sinh viên Việt Nam sống ở Pháp, đó không phải là sự lựa chọn dễ dàng. Nếu Tạ Thu Thuỷ chọn quốc tịch Pháp thì mọi chi phí trong học tập của chị đều do nước Pháp đài thọ. Chị còn được cấp học bổng nữa.

Tạ Thu Thuỷ đã quyết định con đường tương lai của mình, con đường của người thanh niên yêu nước.

Từ vựng 2

đài thọ	(□受) 비용을 부담하다	nhà bác học	(博學) 박식한 사람
đào tạo	(陶造) 교육하다, 훈련하다	nhớ	기억하다
đạt	(達) 달성하다, 획득하다	niềm tự hào	(自豪) 자부심
công dân	(公民) 백성	quên	잊다
cấp	(級, 給, 急) 1.급 2.공급하다 3.급하다	quốc tịch	(國籍) 국적
chọn	선택하다	rực rỡ	화려한
di sản	(遺產) 유산	sáng tác	(創作) 창작하다
không dám	감히 …하지 못하다, 별말씀을	thiên tài	(天災) 천재, 재난
kỳ thi	(期試) 시험기간, 시험	trường cao đẳng sư phạm	사범대(2년)
lý tưởng	(理想) 이상	vinh dự	(榮譽) 1. 영예, 명예 2. 명망
mất ăn mất ngủ	먹지도 자지도 못하다	vượt qua	통과하다
mong	원하다, 희망하다		

Bài tập (연습)

1. 아래 주어진 단어들을 이용하여 "có … (thì) … mới" 형태의 문장을 만드시오.

A:	B:
hỏi	trả lời
mời	đến
yêu cầu	làm
nhờ	giúp đỡ
thích	hát

2. 아래 질문에 대하여 "chỉ … có …", "… chỉ … có … thôi", "có … thôi" 형태로 대답하시오.

1) Anh ấy uống có nhiều rượu không?

2) Chị ấy mua mấy cái nón?

3) Hôm nay các anh học mấy tiết?

4) Chị đến Việt Nam đã lâu chưa?

5) Chị học tiếng Việt được bao nhiêu lâu rồi?

3. "DT + do + 주체+동사" 형태로 아래 질문에 대답하시오.

1) Bài báo này do ai dịch?

2) Ngôi nhà ấy do ai xây?

3) Bài thơ này do ai sáng tác?

4) Loại vải đẹp này do nhà máy nào dệt?

5) Món ăn này do ai nấu?

6) Cái quạt máy này do nhà máy nào chế tạo?

7) Cuốn giáo trình này do ai soạn?

4. "**Bài đọc cơ bản**"을 참조하여 아래 질문에 대답하시오.

1) Tạ Thu Thủy thi vào trường Đại học Bách khoa Pháp năm nào?

2) Vì sao nói "Trường Đại học Bách khoa Pháp là niềm tự hào của nước Pháp"?

3) Trường này có gì đặc biệt?

4) Tạ Thu Thủy thi vào những trường đại học nào?

5) Chị đã đạt kết quả như thế nào?

6) Tạ Thu Thủy sinh ra và lớn lên ở đâu?

7) Chị đã chọn quốc tịch nào? Vì sao?

8) Vì sao nói sự lựa chọn của Tạ Thu Thủy là một lựa chọn khó khăn?

6. 아래 문장의 문법적인 특징을 분석하시오.

1) Sinh viên có vượt qua được những kỳ thi rất khó thì mới được vào học ở trường Đại học Bách khoa này.

2) Nếu Tạ Thu Thủy chọn quốc tịch Pháp thì mọi chi phí trong học tập của chị đều do nước Pháp đài thọ.

3) Tạ Thu Thủy đã quyết định con đường tương lai của mình, con đường của người thanh niên yêu nước.

문제풀이

1. *Chọn từ thích hợp, điền vào chỗ trống:*

– Ti vi Sony ______ Nhật Bản sản xuất.

① mà ② được
③ do ④ làm từ

2. *Chọn từ thích hợp nhất, hoàn thiện câu:*

– Tục ngữ Việt Nam có câu: "có làm ______ có ăn"

① thì sẽ ② chắc chắn
③ mới sẽ ④ thì mới

3. *Chọn từ, ngữ thích hợp, hoàn thiện câu:*

– Họ có thể nói được mấy ngoại ngữ ?

– Họ chỉ có thể nói được ______ một ngoại ngữ ______

① một số . . . thôi. ② có . . . thôi.
③ vậy . . . thôi. ④ như .. . thôi.

4. *Chọn câu trả lời phù hợp với câu hỏi dưới đây:*

– Các sinh viên sang Việt Nam để làm gì ?

– ______

① Họ sang Việt nam vì thực tập tiếng Việt.
② Họ sang Việt nam để thực tập tiếng Việt.
③ Họ sang Việt Nam do thực tập tiếng Việt.
④ Họ sang Việt Nam vì để thực tập tiếng Việt.

5. *Chọn câu hỏi phù hợp với câu trả lời dưới đây:*

–

– Chúng tôi chiến đấu vì độc lập, tự do.

① Các anh, chị chiến đấu để làm gì ?

② Các anh, chị chiến đấu vì mục đích gì ?

③ Các anh, chị chiến đấu do lý do gì ?

④ Các anh, chị chiến đấu vì cái gì ?

6. *Tìm câu chủ động tương ứng của câu dưới đây:*

– Bộ giáo trình này do nhà xuất bản trường tôi ấn hành.

① Bộ giáo trình này được ấn hành do nhà xuất bản trường tôi.

② Bộ giáo trình này được ấn hành bởi nhà xuất bản trường tôi.

③ Nhà xuất bản trường tôi ấn hành bộ giáo trình này.

④ Nhà xuất bản trường tôi được phép ấn hành bộ giáo trình này.

7. *Chọn từ, ngữ gần nghĩa với từ ngữ gạch dưới:*

– Ở Việt nam, học sinh phổ thông mỗi tuần <u>chỉ được nghỉ một ngày thôi</u>.

① được nghỉ chỉ một ngày thôi.

② được chỉ nghỉ một ngày thôi.

③ chỉ được nghỉ có một ngày thôi.

④ nghỉ chỉ được có một ngày thôi.

8. *Chọn câu trả lời đúng:*

– Để đáp lại lời cám ơn, người Việt thường nói : “ ”

① “Tôi cũng cám ơn!”

② “Cũng cám ơn nhé!”

③ “Không dám !”

④ “Không có gì”

9. *Sắp xếp các từ, cụm từ sau thành câu đúng ngữ pháp:*

– tất cả / tích cực / đang / để / xây dựng / lao động / đất nước / mọi người.

① Mọi người tất cả đang tích cực lao động để xây dựng đất nước.
② Tất cả mọi người đang tích cực lao động vì xây dựng đất nước.
③ Tất cả mọi người đang tích cực lao động để xây dựng đất nước.
④ Tất cả mọi người đang lao động tích cực để xây dựng đất nước.

10. *Đọc lại đoạn văn dưới đây ở bài đọc bài 19:*

"... Hoa này là hoa lay–ơn, còn đây là hoa hồng, hoa này là hoa cúc,... Bác chỉ và đọc tên từng loại hoa. Hoa trong vườn Bác, chính tay Bác trồng, tươi tốt và đẹp vô cùng".

Lựa chọn câu trả lời đúng cho câu hỏi:

– Hoa trong vườn Bác do ai trồng ?

① Hoa trong vườn Bác do các công nhân trồng.
② Hoa trong vườn Bác do Bác trồng.
③ Hoa trong vườn Bác do nhiều người trồng.
④ Hoa trong vườn Bác là do Bác và các công nhân trồng.

Bản ghi nhớ

Bài 11

Dạo này anh ấy béo ra

요즘 그 사람 뚱뚱해졌다

Câu mẫu (문형)

1 형용사+"**ra, lên, đi, lại**" 활용법
2 절대부정 "… **có** … **đâu**" 문형 활용법
3 "**Mà**" 활용법
4 "**Nhé**" 활용법

A

1. Dạo này chị Hương đẹp ra.
2. Dạo này anh ấy béo ra.
3. Mẹ tôi ngày càng già đi.
4. Cô giáo của chúng tôi gầy đi nhanh quá.
5. Xe lửa chạy chậm lại để vào ga.
6. Nhanh lên! Sắp đến giờ học rồi.
7. Gió càng ngày càng mạnh lên.

B

1. – Anh đã nói gì với chị Quyên?
   – Tôi không nói gì với chị Quyên.
   – Tôi có nói gì với chị Quyên đâu.
2. – Sáng nay các chị lên lớp à?
   – Chúng tôi có lên lớp đâu.

3. Anh ấy có học bài đâu.
4. Chúng tôi có biết tiếng Việt đâu.
5. Chị ấy có phải là người Việt Nam đâu.

C

1. Vì chúng tôi mà anh ấy vất vả suốt ngày.
2. Vì ai mà anh ấy đau khổ?
3. Vì cô ấy mà anh ấy đau khổ.
4. Vì học nhiều quá mà anh ấy gầy đi.
5. Vì chị ấy không đến mà anh ấy buồn.
6. Vì sao mà anh ấy buồn?
7. Vì chị ấy không yêu mà anh ấy buồn.

D

1. Vì tổ quốc mà chúng tôi chiến đấu.
2. Vì khoa học mà ông ấy đã cống hiến cuộc đời mình.
3. Vì tương lai của các thế hệ mai sau mà chúng ta phải bảo vệ môi trường.
4. Vì sự phát triển của công ty mà chúng tôi làm việc hết sức mình.

E

1. – Bây giờ chúng ta làm gì?
   – Học bài đi!
   – Không, tôi mệt lắm!
   – Vậy, chúng ta đi chơi nhé!
2. Chúng ta nghe nhạc nhé!
3. Anh uống cà phê nhé!
4. Chúng ta đến thăm cô Lan, anh nhé!

Từ vựng (어휘)

đau khổ	아픈, 힘든	gió	바람
đẹp ra	예뻐졌다	khoa học	(科學) 과학
đẹp	예쁜	mạnh lên	건강해졌다
béo ra	뚱뚱하다	mạnh	건강한, 힘센
béo	뚱뚱한, 살찐	mai sau	차후에
cống hiến	(貢獻) 공헌하다	mệt	피곤한
chậm lại	늦다	nhanh	빠른
chậm	늦은	nhanh lên	빨라지다
dạo này	요즈음	sẵn sàng	기꺼이, 준비된
gầy đi	야위다	suốt (ngày)	줄곧
gầy	야윈	thăm	방문하다
già đi	늙었다	vất vả	힘든, 수고스러운
già	늙은	yêu	사랑하다

Ngữ pháp (문법)

A 형용사 가운데는 사물의 특징과 상태를 나타내는 것이 있다. 그 사물의 특징과 상태는 시간속에서 발전 혹은 쇠퇴할 수 있다. 그처럼 변화된 사물의 특징과 상태를 나타내기 위해서 베트남어에서는 형용사 다음에 "**ra, đi, lên, lại**"와 같은 보어를 쓴다.

보기에서 보는 바처럼 형용사의 특징과 상태가 발전적인 상황에서는 "**ra, lên**"을 쓰고, 반대로 쇠퇴한 경우는 "**đi, lại**"를 쓴다.

Ví dụ
– Chị Xuân Hương đẹp ra.
– Anh Cương gầy đi.
– Xe lửa chạy chậm lại.
– Gió mạnh lên.

a) "**Đi**"를 사용하는 형용사
cũ, chậm, gầy, lạnh, ít, mỏng, tối, tái, thưa, xấu, yếu, đơn giản, …

b) "**Lại**"를 사용하는 형용사
nhỏ, ngắn, hẹp, đông …

c) "**Ra**"를 사용하는 형용사
mới, béo, dài, đẹp, khoẻ, nhiều, phình, rộng, to, sáng, trắng, phức tạp, …

d) "**Lên**"을 사용하는 형용사
cao, đỏ, mạnh, nhanh, nhiều, nóng, lớn, tốt, đông, đắt, …

B "**Có … đâu**" 형태는 절대부정의 의미를 갖는다. 이 형태의 문형은 읽을 때와 말할 때 "**Đâu**"를 강조한다. 이 형태는 주로 구어체에서 쓴다.

C "**Vì … mà**" 형태는 원인과 결과를 연결하는 접속사이다. 원인은 하나의 단어 혹은 주어와 술부로 구성된 완전한 문장일 수도 있다. "**Vì … mà**" 형태를 "**Vì … nên**" 형태와 비교했을 때 "**Vì … mà**" 형태가 더 강조성을 띈다.

Ví dụ
– Vì học tiếng Việt nhiều mà anh ấy giỏi.
– Vì học tiếng Việt nhiều nên anh ấy giỏi.

D "**Vì**"와 "**mà**" 사이에 오는 목적을 나타내는 단어는 하나의 명사 혹은 몇 개의 명사가 올 수 있다. 이 같은 경우 의미는 10과의 G번의 문형과 비슷하다.

Ví dụ
– Họ chiến đấu vì Tổ quốc.
– Vì Tổ quốc mà họ chiến đấu.

"**Vì … mà**"의 형태는 주로 문어체, 누구와 약속, 그리고 상대에게 무엇을 호소하고자 하는 경우에 주로 쓴다.

E "**Nhé**"는 청유문에 쓴다. 이는 친근한 관계나 나이와 신분 등에서 상호 비슷한 경우에 쓴다. 말할 때 "**nhé**"를 강하게 발음한다.

Bài đọc cơ bản (기본독해)

A

Lân: Chào chị!

An : Chào anh! Anh có khỏe không?

Lân: Cám ơn chị. Tôi khỏe. Chị không thấy à? Tôi béo ra đấy.

An : Và anh cũng đen đi nhiều. Hè này anh đi nghỉ ở đâu?

Lân: Tôi về quê. Quê tôi ở miền biển. Vì thế mà tôi tắm biển suốt ngày. Còn chị, chị đi đâu? Chị trông có vẻ gầy đi.

An : Thế à? Nhưng tôi lại cảm thấy mình khỏe ra. Có lẽ vì lao động nhiều mà tôi khỏe ra.

B

Trước đây Nam là công nhân. Khi học xong chương trình phổ thông, anh ấy muốn trở thành công nhân và làm việc ở mỏ than. Gia đình Nam là một gia đình công nhân. Ông nội và bố anh ấy đều là công nhân mỏ than. Vì năng suất lao động cao, tính ham học và khiêm tốn mà anh được mọi người yêu mến. Nam rất thích đọc sách. Anh ấy có nhiều sách, nhất là sách toán học. Khi đi làm anh ấy cũng mang sách theo. Biết Nam say mê toán, một giáo sư toán học đã viết thư cho anh ấy nhiều lần. Giáo sư đã hướng dẫn anh ấy cách học toán. Giáo sư còn khuyên anh ấy học ngoại ngữ. Anh ấy rất xúc động. Nam có ngờ đâu một giáo sư toán học lại viết thư trao đổi với một công nhân mỏ bình thường.

Sau đó, vì có nhiều thành tích trong lao động mà Nam được đi học ở Trường Đại học Bách khoa. Anh ấy vui lắm. Từ một công nhân bình thường, Nam đã trở thành sinh viên. Và anh ấy học rất giỏi. Anh ấy thường nói với các bạn: “Chúng ta phải học chăm chỉ không chỉ vì tương lai của chúng ta mà còn vì tương lai của đất nước”.

Từ vựng 2

có vẻ	□처럼 보이다	mỏ than	탄광
chương trình	(章程) 프로그램	năng suất	(能率) 능률
giới thiệu	(介紹) 소개하다	ngờ	의심하다
hướng dẫn	(嚮引) 인도하다, 안내하다	say mê	(迷) 취한
khiêm tốn	(謙遜) 겸손하다	suốt	줄곧
khuyên	(勸) 권면하다, 권장하다	toán học	(算學) 수학
trao đổi	교환하다		

Bài tập (연습)

1. 아래 문장을 "… **có** … **đâu** …" 형태의 절대부정으로 바꾸시오.

1) Anh đã uống bia rồi.

2) Chị đã gặp anh Huân rồi, phải không?

3) Các anh ấy đã làm bài tập rồi.

4) Chị ấy thường hút thuốc lá.

5) Anh ấy đi Hà Nội rồi.

6) Chị ấy đã làm một bài thơ hay.

2. 보기처럼 "**Vì** … **mà** …" 형태로 아래 문장을 고치시오.

Ví dụ Tôi đến đây vì anh ấy. ⇒ Vì anh ấy mà tôi đến đây.

1) Chúng tôi lao động quên mình vì sự phát triển của công ty.

2) Họ sẵn sàng chiến đấu vì Tổ Quốc.

3) Chúng tôi nghiên cứu khoa học vì sự tiến bộ của loài người.

4) Chúng ta phải tiết kiệm vì tương lai của mình.

3. 빈칸을 주어진 단어 "**đi, ra, lên, lại**" 로 채우시오.

1) Dạo này anh ấy gầy ______ nhiều qúa.

2) Chị Hồng càng ngày càng đẹp ______

3) Cái áo dài của tôi ngày càng cũ ______

4) Cơn bão đã mạnh ______

5) Ô tô của chúng tôi chạy chậm ______

6) Mẹ tôi già ______ nhanh quá.

7) Anh Nam ngày càng béo ______

8) Trời bỗng nhiên tối ______

9) Mắt tôi ngày càng kém ______

문제풀이

1. *Chọn từ thích hợp, điền vào chỗ trống:*

– Khi hậu trên trái đất càng ngày càng nóng ______ , và xấu ______

① lên & xuống ② lên & đi
③ ra & xuống ④ lên & đến

2. *Chọn từ thích hợp, hoàn thiện câu:*

– Cô ấy có phải là người Hàn ______ Cô ta là người Trung Quốc đấy ______!

① hả & chứ ② không & nhé
③ đâu & hả ④ đâu & chứ

3. *Chọn từ thích hợp, điền vào chỗ trống:*

– Lúc chia tay nhau, người Việt thường nói: "Tạm biệt ______!"

① rồi! ② chứ!
③ đi! ④ nhé!

4. *Chọn câu trả lời chính xác cho câu hỏi dưới đây:*

– Thời tiết Hà Nội mấy năm nay có vẻ thế nào ?

– ______

① Thời tiết Hà Nội mấy năm nay có vẻ rất nóng lên.
② Thời tiết Hà Nội mấy năm nay có vẻ nóng lên.
③ Thời tiết Hà Nội mấy năm nay có vẻ nóng ra
④ Thời tiết Hà Nội mấy năm nay có vẻ nóng đi.

5. Chọn câu hỏi chính xác cho câu trả lời dưới đây:

–

– Chiều qua, tôi có nói gì với họ đâu.

① Chiều qua, anh đã nói gì với họ?

② Chiều qua, anh đã nói gì với họ chưa ?

③ Chiều qua, anh có nói gì với họ không ?

④ Chiều qua, anh đã nói gì với họ ?

6. Chọn từ gần nghĩa với từ gạch chân trong câu:

– Anh ấy có nhiều sách, nhất là sách toán học.

① đầu tiên là

② đặc biệt là

③ quan trọng nhất là

④ đặc biệt nhất là

7. Chọn câu gần nghĩa với câu dưới đây:

– Tôi trông chị dạo này có vẻ gầy đi.

① Dạo này, tôi trông chị có vẻ gầy đi.

② Tôi trông chị có vẻ gầy đi dạo này.

③ Dạo này, trông chị có vẻ gầy đi.

④ Chị dạo này tôi trông có vẻ gầy đi.

8. Tìm câu sai:

① Vì Tổ quốc mà chúng tôi chiến đấu.

② Chúng tôi chiến đấu vì Tổ quốc.

③ Vì Tổ quốc để chúng tôi chiến đấu.

④ Vì Tổ quốc nên chúng tôi phải chiến đấu.

9. *Sắp xếp các từ, cụm từ sau thành câu đúng ngữ pháp:*

– nhiều / vì / khỏe ra / lao động / có lẽ / mà / tôi / người/.

① Có lẽ vì lao động nhiều mà tôi người khỏe ra.

② Có lẽ vì nhiều lao động mà người tôi khỏe ra.

③ Có lẽ vì lao động nhiều mà người tôi khỏe ra.

④ Có lẽ vì lao động nhiều mà tôi khỏe người ra.

10. *Đọc lại đoạn văn dưới đây trong bài đọc:*

"Trước đây Nam là công nhân. Khi học xong chương trình phổ thông, tuy có điều kiện tiếp tục học tập nhưng anh ấy lại muốn vào mỏ than làm việc. Gia đình Nam là một gia đình công nhân mỏ. Ông nội và bố anh ấy đều là công nhân mỏ than. Anh ấy sinh ra và lớn lên ở đất mỏ".

Chọn câu trả lời đúng nhất cho câu hỏi sau:

– Hiện nay, gia đình Nam đang có mấy thế hệ làm công nhân mỏ ?

① một thế hệ　　② hai thế hệ

③ ba thế hệ　　④ bốn thế hệ

Bản ghi nhớ

Bài 12

Cả tôi cũng học tiếng Việt

나도 베트남어를 공부한다

Câu mẫu (문형)

1 "**Cả**" 활용법
2 "… **hễ** … **là** …" 활용법
3 "**Thì**" 활용법

A

1. Anh Toản học tiếng Việt ⇒ Cả tôi cũng học tiếng Việt.
2. Xe đạp của anh ấy hỏng ⇒ Cả xe đạp của tôi cũng hỏng.
3. Hôm qua chị ấy nghỉ học ⇒ Cả hôm nay chị ấy cũng nghỉ học.
4. Anh Bình thích âm nhạc ⇒ Anh ấy yêu cả hội họa nữa.
5. Tôi rất tin anh ấy ⇒ Tôi cũng tin cả anh nữa.
6. Chúng tôi đã ghé thăm Huế ⇒ Chúng tôi cũng đã ghé thăm cả cảng Đà Nẵng nữa.
7. Chúng tôi chưa quen với khí hậu Việt Nam ⇒ Chúng tôi còn chưa quen cả với tập quán Việt Nam nữa.

B

1. – Anh Tuấn ơi, chị Loan đến chưa?
   – Chưa, chị ấy chưa đến.
   – Hễ chị ấy đến thì anh gọi tôi nhé!
   – Được. Hễ chị ấy đến là tôi gọi anh ngay.

2. Hễ chị Kim đến chơi là phòng của chúng tôi vui hẳn lên.
3. Hễ nhận được thư của gia đình là tôi viết thư trả lời ngay.
4. Hễ thầy giáo ra bài tập là chúng tôi làm ngay.
5. Hễ chúng tôi yêu cầu thì các anh ấy giúp đỡ.
6. Hễ trời mưa thì chúng tôi ở nhà.
7. Hễ có tiền là tôi mua mô tô.

C

1. Khi mới đến Việt Nam thì chúng tôi chưa biết tiếng Việt.
2. Khi các anh đến Hà Nội thì chị Thủy còn ở đấy không?
3. Khi chúng tôi đến đây thì chị ấy đã đi khỏi Hà Nội rồi.
4. Khi mọi người yêu cầu chị ấy hát thì chị ấy đỏ mặt lên.
5. Khi chị ấy cất tiếng hát thì mọi người im lặng nghe.
6. Khi chị ấy hát xong thì thính giả hoan hô nhiệt liệt.
7. Khi gặp lại chị ấy thì anh Quang rất xúc động.
8. Khi biết chúng tôi sắp về nước thì chị ấy không được vui lắm.

D

1. Anh ấy mới đi thư viện thì chị Châu đến tìm anh ấy.
2. Chúng tôi vừa ăn cơm xong thì trời tối.
3. Hội nghị vừa mới khai mạc thì các anh ấy đến.
4. Máy bay vừa mới hạ cánh xong thì trời bão.
5. Chị ấy vừa dứt tiếng hát thì những tràng vỗ tay nổi lên như sấm.
6. Anh Trung vừa mới tốt nghiệp đại học xong thì cưới vợ.
7. Tôi vừa gửi thư để chúc mừng anh ấy xong thì nhận được thư của anh ấy.

Từ vựng (어휘)

đi khỏi	떠나다
cất tiếng hát	노래소리를 높이다
chúc mừng	축하하다
cưới	결혼하다
dứt	멈추다, 끝내다, 관계를 끊다
gọi	부르다
ghé	방문하다, 들르다
gia đình	(家庭) 가정
giúp đỡ	돕다
hẳn	확실히, 틀림없이
hỏng	고장나다
hội họa	(繪畫) 회화, 그림
hoan hô	(歡呼) 환호하다
im lặng	조용히 하다
khí hậu	(氣候) 기후
Lào	라오스
lập	(立) 세우다
mô tô	오토바이
nổi lên	일어나다
tốt nghiệp đại học	(卒業大學) 대학을 졸업하다
yêu cầu	(要求) 요구하다
đỏ mặt	얼굴이 붉어지다
ngôn ngữ học	(言語學) 언어학
ngay	바로
người Lào	라오스인
nghiên cứu sinh	(硏究生) 연구생, 박사과정생
nhiệt liệt	(熱烈) 열렬히, 마음을 다하여
phiên dịch	(飜譯) 번역, 통역
quen	익숙하다, 사귀다
ra bài tập	숙제를 내다
ra	나가다
sớm	이른
tìm	찾다
tập quán	(習慣) 습관
thính giả	(聽者) 청중
tiền	(錢) 돈
tràng	박수소리
trời bão	태풍이 불다
vỗ tay	손뼉을 치다
vợ	아내, 처
xúc động	(觸動) 감동하다

Ngữ pháp (문법)

A "**Cả**"는 의미를 강조하기 위하여 쓰이는 조사로 강조하려고 하는 명사 앞에 온다.

Ví dụ
– Cả xe đạp của tôi cũng bị hỏng.
– Anh ấy yêu cả hội họa nữa.

이 같은 경우 강조하는 의미로 동사 앞에 "**cũng**"을 사용할 수 있다.

Ví dụ
– Cả hôm nay chị ấy cũng nghỉ học.
– Tôi cũng tin cả anh ấy.

구어체에서 "**cả**"는 "**nữa**"와 함께 쓰인다.

Ví dụ
– Cả hôm nay nữa chị ấy cũng nghỉ học.
– Anh ấy cũng yêu cả hội họa nữa.
– Cả xe đạp của anh ấy nữa cũng bị hỏng.

B "**Hễ** … **là** …" 형태는 가설과 결과의 의미가 있는 두 개의 명제를 연결하는 접속사이다. "**Là**"대신에 "**thì**"를 쓸 수 있으며, 결과의 명제에 가설에 대한 신속한 반응을 나타내기 위하여 "ngay"를 쓴다. 그러나 "**thì**"를 쓰는 경우에는 "**ngay**"를 쓰지 않는다. "**Hễ** … **là** …" 형태는 "**Nếu** … **thì** …" 형태와 의미가 비슷하다.

Ví dụ
– Hễ thầy giáo ra bài tập là chúng tôi làm ngay.
– Hễ trời mưa thì chúng tôi không đi.
– Nếu trời mưa thì anh cất quần áo đi nhé!

C 본문 D에서 쓰인 "**thì**"는 접속사로써 앞에 언급된 시간을 나타내는 부연적 의미로 쓰였다. 문어체에서는 보통 쉼표로 대용된다. 여기에서 "**thì**"는 큰의미가 없이 쉼표적인 의미로 쓰인다고 볼 수 있다.

Ví dụ
– Khi mới nhập học thì chúng tôi chưa biết nhau.
– Khi đất nước được hòa bình và thống nhất thì chúng tôi sung sướng lắm.

D 본문 E에서 쓰인 "**thì**"는 역시 접속사로써 두 명제를 이어주는 역할을 한다. 이때 명제2는 명제1이 시작 혹은 끝났을 때 연이어 일어나게 되어 있다. 때문에 명제1에는 동사 앞에 보통 "**mới, vừa, vừa mới**"를, 동사 뒤에는 "xong"을 쓴다.

Ví dụ
– Hội nghị vừa khai mạc xong thì các anh ấy đến.

Bài đọc cơ bản (기본독해)

Nghị lực và lòng tin

Khi vừa học xong lớp 9 thì Diễm Hằng được cử đi thi học sinh giỏi toán. Diễm Hằng lo lắm. Nhưng không vì thế mà Diễm Hằng mất bình tĩnh. Diễm Hằng rất tự tin. Kết quả là Diễm Hằng giành giải ba. Diễm Hằng nghĩ muốn giỏi toán, nếu chỉ đọc sách báo bằng tiếng Việt thì không đủ. Diễm Hằng cố gắng học tiếng Nga. Sau một thời gian ngắn, Diễm Hằng đã có thể đọc và dịch được các đề toán và lời giải trong tập san "Toán học trong nhà trường" bằng tiếng Nga. Mỗi lần dịch các bài toán từ tiếng Nga sang tiếng Việt, Diễm Hằng phải tra hai, ba cuốn từ điển. Nhưng Diễm Hằng vẫn tự dịch. Diễm Hằng còn nhờ bố dịch cả các đề toán trong tập san toán học của Đức.

Báo "Toán học và tuổi trẻ" do Hội toán học Việt Nam xuất bản là người bạn thân của Diễm Hằng. Hễ trong báo có một đề toán mới là Diễm Hằng làm ngay. Diễm Hằng đã được tặng giải thưởng của cuộc thi giỏi toán nhân dịp kỷ niệm mười năm xuất bản báo này.

Diễm Hằng thường không thoả mãn với những cách chứng minh trong sách giáo khoa. Diễm Hằng thường tự hỏi: "Có phải bài toán này chỉ có một cách chứng minh không?" Nắm chắc và biết vận dụng một cách linh hoạt lý thuyết, Diễm Hằng tự mình tìm ra những cách chứng minh mới.

Để được tham gia vào đoàn học sinh Việt Nam đi thi quốc tế ở Bulgaria năm 1975, Diễm Hằng đã phải vượt qua nhiều kỳ thi. Diễm Hằng đã giải hàng trăm bài toán rất khó. Trong các kỳ thi toán quốc tế từ trước đến nay, số học sinh nữ dự thi rất ít và số người được giải lại càng ít.

Khi Diễm Hằng, nữ học sinh Việt Nam, lớn lên và học tập trong chiến tranh, vóc người mảnh dẻ, đôi mắt to, mặc áo dài màu xanh, lên nhận giải thì cả hội trường vỗ tay nồng nhiệt.

Từ vựng 2

nghị lực	(毅力) 기력	mất bình tĩnh	(平靜) 불안해하다
lòng tin	신뢰하는 마음	nắm chắc	확고히 붙잡다
đề toán	(題算) 수학문제	nồng nhiệt	(濃熱) 열렬히
đoàn	(團) 단체	quốc tế	(國際) 국제
đoạt / giành (giải)	(상을) 받다	sách giáo khoa	(册教科) 교과서
bom đạn	폭탄	tập san	(集刊) 전문잡지
chứng minh	(證明) 증명하다	thỏa mãn	만족하다
dự (dự thi)	(與=與試) 참여하다, 대회에 참가	tham gia	(參加) 참가하다
giải thưởng	상을 타다, 상을 받다	thật	(實) 사실
hội toán học	(會算學) 수학학회	thi	(試) 시험
hội trường	(會場) 회의장	thú vị	(趣味) 흥미있는, 재미있는
kiểu	양식, 형태	toán	(算) 수학
lời giải	(解) 해설, 답	tự tin	(自信) 자신있다, 자신감이 있는
linh hoạt	(靈活) 역동적인, 민첩한	tuổi trẻ	젊은이
lo	염려하다, 걱정하다	vóc người	체형
lý thuyết	(理說) 이론, 학설	xuất bản	(出版) 출판하다
vận dụng	(運用) 적용하다, 사용하다		

Bài tập (연습)

1. 아래 문장을 "**hễ … là …**"를 이용한 형태로 바꾸시오.

1) Tôi được nghỉ hè; tôi về thăm gia đình.

2) Tôi không bận; tôi đến thư viện.

3) Cửa hàng có đĩa hát mới; tôi sẽ mua.

4) Chúng tôi gặp khó khăn; chị ấy giúp đỡ chúng tôi.

5) Bài học khó; cô giáo giảng rất kỹ.

6) Thời tiết thay đổi; anh ấy viêm họng.

7) Mùa hè đến; tôi gầy đi nhanh chóng.

8) Lâu không nhận được thư của người yêu; anh ấy rất buồn.

2. "**cả, cả … nữa …**"를 이용하여 밑줄친 부분을 강조하시오.

1) Tôi là người Việt Nam.

2) Bài thơ này hay.

3) Anh ấy không thích rượu.

4) Chị ấy thích xem kịch.

5) Hôm nay trời đẹp.

6) Chúng tôi đã mua TV.

7) Chúng tôi đến thăm Thành phố Hồ Chí Minh.

8) Chị ấy đã gửi thư cho tôi.

3. "**Bài đọc cơ bản**" 에 근거하여 아래 질문에 답하시오.

1) Diễm Hằng được cử đi dự thi học sinh giỏi toán bao giờ?

2) Diễm Hằng đã đạt kết quả như thế nào trong kỳ thi ấy?

3) Muốn giỏi toán, Diễm Hằng đã làm gì?

4) Đối với Diễm Hằng, báo "Toán học tuổi trẻ" như thế nào?

5) Diễm Hằng đã học toán như thế nào?

6) Để được tham gia vào kì thi giỏi toán quốc tế, Diễm Hằng phải làm gì?

4. 아래 문장의 문법적인 특징을 분석하시오.

1) Hễ trong báo có một đề toán mới là Diễm Hằng làm ngay.

2) Khi vừa học xong lớp 9 thì Diễm Hằng được cử đi dự kì thi học sinh giỏi toán.

문제풀이

1. *Chọn từ thích hợp, điền vào chỗ trống:*

– ______ có tiền và có thời gian là anh ấy đi du lịch.

① Dù ② Hễ
③ Giá ④ Vì

2. *Chọn từ, ngữ thích hợp, hoàn thiện câu:*

– Trời nóng thế này thì ______ người khoẻ nhất cũng bị ốm.

① gồm cả ② ngay cả
③ đến cả ④ tất cả

3. *Chọn từ thích hợp, hoàn thiện câu:*

– Khi tôi đang xem ti vi thì anh ấy gọi điện thoại ______

① cho ② đến
③ tới ④ vào

4. *Chọn câu trả lời thích hợp với câu hỏi dưới đây:*

– Có phải hiện giờ các em đang học tiếng Việt ở Hà Nội không ?

– ______

① Vâng, hiện giờ chúng em đang học tiếng Việt ở Hà Nội.
② Có. Hiện giờ chúng em có học tiếng Việt ở Hà Nội.
③ Dạ phải, hiện giờ chúng em đang học tiếng Việt ở Hà Nội.
④ Rồi. Hiện giờ chúng em đã học tiếng Việt ở Hà Nội rồi.

5. *Chọn câu hỏi thích hợp với câu trả lời dưới đây:*

–

– Phải, trước đây họ đã từng học tiếng Việt ở đây.

① Trước đây họ có từng học tiếng Việt ở đây không ?

② Có phải trước đây họ đã từng học tiếng Việt ở đây không?

③ Có phải trước đây họ chưa từng học tiếng Việt ở đây không?

④ Trước đây họ không học tiếng Việt ở đây, phải không ?

6. *Chọn câu gần nghĩa với câu dưới ấy:*

– Hễ ngồi lên xe máy là anh ấy phóng rất nhanh.

① Giá ngồi lên xe máy thì anh ấy phóng rất nhanh.

② Cứ ngồi lên xe máy là anh ấy phóng rất nhanh.

③ Nếu ngồi lên xe máy thì anh ấy phóng rất nhanh.

④ Vì ngồi lên xe máy nên anh ấy phóng rất nhanh.

7. *Tìm câu khác nghĩa với những câu dưới đây:*

① Khi chúng tôi tới ga thì tàu hoả vừa đi xong.

② Khi tàu hoả vừa đi xong thì chúng tôi tới ga.

③ Khi chúng tôi vừa đi xong thì tàu hoả tới ga.

④ Chúng tôi tới ga đúng lúc tàu hoả vừa đi xong.

8. *Tìm cụm từ trái nghĩa với cụm từ gạch dưới:*

– "Nắm chắc và biết vận dụng một cách linh hoạt lý thuyết, Diễm Hằng tự mình tìm ra những cách chứng minh mới".

① một cách khô cứng ② một cách cứng nhắc

③ một cách sinh động ④ một cách khô khan

9. *Sắp xếp các từ, cụm từ sau thành câu đúng ngữ pháp:*

– tiếng Việt / anh ấy / học / hiện nay / không chỉ / tiếng Anh / học / nữa / cả / mà còn.

① Hiện nay, anh ấy chỉ học không tiếng Việt mà còn học cả tiếng Anh nữa.
② Hiện nay, anh ấy không chỉ học tiếng Việt mà học cả tiếng Anh còn nữa.
③ Hiện nay, anh ấy không chỉ học tiếng Việt mà học còn cả tiếng Anh nữa.
④ Hiện nay, anh ấy không chỉ học tiếng Việt mà còn học cả tiếng Anh nữa.

10. *Đọc lại đoạn văn dưới đây trong bài đọc:*

"Diễm Hằng cố gắng học tiếng Nga. Sau một thời gian ngắn, Diễm Hằng đã có thể đọc và dịch được các đề toán và lời giải trong tập san "Toán học trong nhà trường" và cả trong tập san "Lượng tử" bằng tiếng Nga. Mỗi lần dịch các bài toán từ tiếng Nga sang tiếng Việt. Diễm Hằng phải tra hai, ba cuốn từ điển. Nhưng Diễm Hằng vẫn tự dịch. Diễm Hằng còn nhờ bố dịch cả các đề toán trong tập san "An–pha" của Cộng hòa Dân chủ Đức".

Chọn cách trả lời chính xác nhất cho câu hỏi:

– Bố của Diễm Hằng biết ngoại ngữ gì ?

① tiếng Nga ② tiếng Đức
③ tiếng Bun–ga–ri ④ tiếng Pháp

Bài 13

Nghỉ một lát đã!

우선 좀 쉬자!

Câu mẫu (문형)

1 청유문 형태의 "**đã**" 활용법
2 "**Không** +의문사형" 문장
3 접속사 "**mà**" 활용법
4 행동의 결과를 나타내는 요소

A

1. – Anh đang làm gì đấy?
   – Tôi đang chữa cái xe đạp.
   – Nghỉ một lát đã!
2. Chúng ta nói chuyện với nhau một lát đã!
3. Chúng ta đi chơi bóng bàn đã!
4. Để tôi dịch xong bài báo này đã!
5. Chúng ta hãy làm các bài tập trước đã.
6. Thôi. Chúng ta uống cà phê đã!
7. Anh hãy dịch xong bài này đi đã!

B

1. – Có ai biết tiếng Việt không?
   – Ở đây, không ai biết tiếng Việt.
2. – Có người nào nói được tiếng Nga không?
   – Không người nào nói được tiếng Nga cả.

3. Không sinh viên nào nghỉ học cả.
4. Không đâu bán từ điển tiếng Việt cả.
5. Không hiệu sách nào còn từ điển tiếng Việt cả.
6. – Có bao giờ anh cảm thấy cô đơn không?
   – Không bao giờ tôi thấy cô đơn cả.
7. Không khi nào tôi nói dối cả.
8. Không ngày nào tôi bỏ cơm cả.

C

1. Loại vải này đẹp mà không bền.
2. Anh ấy thông minh mà lại khiêm tốn.
3. Tôi đến nhà anh mà anh không có nhà.
4. Chúng tôi học nhiều mà kết quả không tốt.
5. Tôi là người nước ngoài mà các bạn ấy đối xử với tôi rất tốt.
6. Trời mưa to mà chị ấy không có áo mưa.
7. Trời rét mà anh ấy chỉ mặc có một cái áo mỏng thôi.
8. Bài văn này rất khó mà anh ấy vẫn dịch được.

D

1. – Anh tìm gì?
   – Tôi tìm cái chìa khóa.
   – Anh đã tìm thấy (chìa khóa) chưa?
   – Tôi tìm thấy rồi.
2. Chúng tôi đã nghĩ ra câu trả lời cho câu hỏi ấy rồi.
3. Các nhà bác học đã phát minh ra một bí mật của vũ trụ.
4. Anh Hoàng đã nghĩ ra một sáng kiến hay.
5. Các nhà làm phim Hàn Quốc đã làm được những bộ phim hấp dẫn.
6. Tôi đã hiểu ra ý định của anh rồi.

Từ vựng (어휘)

đối xử	(對處) 대처하다	kỹ thuật	(技術) 기술
bán	팔다	loại	(類) 종, 종류
bỏ	버리다	nói chuyện	이야기하다
bền	질긴, 튼튼한	nói dối	거짓말하다
bí mật	(秘密) 비밀	nghiên cứu	(研究) 연구하다
cô đơn	(孤簞) 고독한	phát minh	(發明) 발명하다
cảm thấy	느끼다	tiếng Nga	러시아어
chìa khóa	열쇠	trước	앞
chữa	고치다	vải	천
còn	1.그런데 2.남다 3.여전히	vũ trụ	(宇宙) 우주
khiêm tốn	(謙遜) 겸손한	ý định	(意定) 의도

Ngữ pháp (문법)

A 본문의 "**đã**"는 문법적으로 문미에 와서 청유문을 만드는 역할을 한다. 이는 화자가 상대에게 현재 하고 있는 일을 멈추고 보다 더 긴급한 일을 하도록 요청할 경우에 쓴다. 이 형태는 상대가 자신과 친한 친구관계 혹은 나이, 사회적 신분 등에서 비슷하거나 낮은 경우에 쓴다.

B 강한 부정을 나타내기 위하여 "**không**+의문사형"을 쓴다. 이 형식은 보통 문두에 오나 문미도 가능하다. 형태는 아래와 같다.

a) không + ai; không + đâu; không + bao giờ

b) không + DT(사람과 사물) + nào: ⇒ không người nào
⇒ không sinh vật nào
⇒ không cô gái nào

c) không + (지점) + nào ⇒ không nơi nào
⇒ không hiệu sách nào
⇒ không chỗ nào
⇒ không lớp nào

d) không + DT(시간) + nào ⇒ không khi nào
⇒ không lúc nào
⇒ không năm nào

이 문형에서 부정의 뜻을 더욱 강조하기 위하여 문미에 "**cả**"를 쓴다. 이 문형은 강한 부정의 뜻을 나타내는 반면, 우리가 배웠던 "**ai, người nào + cũng**" 형은 강한 긍정의 뜻을 나타낸다.

Ví dụ
– Ai cũng biết tiếng Việt.
– Không ai biết tiếng Việt.

C "**Mà**"는 접속사로서 "**nhưng**"과 같은 뜻으로 쓰인다.

D 베트남어에는 동사에 대한 의미를 보충해주는 기능이 있다. 동사 "**thấy, ra, được**" 등이 동사 뒤에 와서 바로 그 동사의 결과에 대한 의미를 보충해주는 역할을 한다. 즉, 동사에 의해 표현되었던 행동이 결과가 있게 진행되었다는 의미를 지닌다.

tìm thấy	phát hiện được	nghĩ ra
trông thấy	phát minh được	hiểu ra
nghe thấy	nghiên cứu được	làm ra

Bài đọc cơ bản (기본독해)

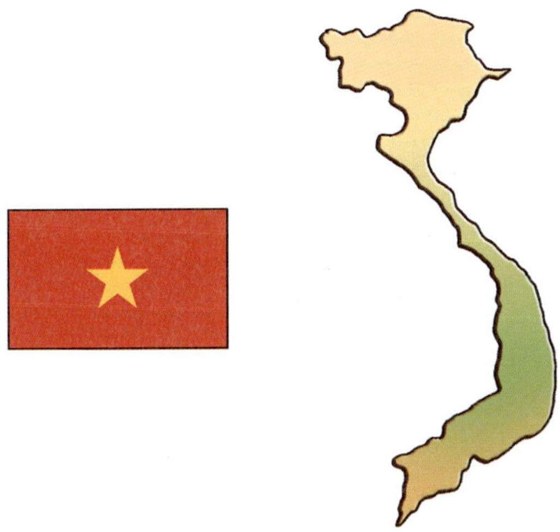

Việt Nam

Việt Nam là một đất nước đẹp của một dân tộc cần cù, sáng tạo. Việt Nam diện tích không rộng, nhưng dân số khá cao.

Việt Nam nằm trên bán đảo Đông Dương ở Đông Nam Á. Vị trí địa lý của Việt Nam rất quan trọng về chính trị, quân sự và kinh tế. Về phía tây, Việt Nam có dãy núi Trường Sơn hùng vĩ. Về phía đông, Việt Nam có biển Đông là tuyến giao thông hàng hải quan trọng của khu vực và thế giới và có nhiều tiềm năng về hải sản và năng lượng. Miền Nam Việt Nam nổi tiếng với đồng bằng sông Cửu Long trù phú, với Thành phố Hồ Chí Minh từng có tên là “Sài Gòn” và được mệnh danh là “hòn ngọc Viễn Đông”. Nhân dân Việt Nam yêu hòa bình, yêu lao động, nhưng phải cầm súng trong nhiều thế kỷ để chống ngoại xâm. Lịch sử của Việt Nam là lịch sử của các cuộc chiến tranh bảo vệ đất nước.

Sau một quá trình lâu dài và gian khổ xây dựng và bảo vệ Tổ quốc, nhân dân Việt Nam đã làm chủ đất nước của mình. Ngày nay, Việt Nam đã được độc lập, hòa bình và thống nhất.

Từ vựng 2

bán đảo	(半島) 반도	làm chủ	(主) 주인이 되다
cầm	쥐다	mệnh danh	(命名) 명명하다
Đông Dương	(東洋) 인도차이나	năng lượng	(能量) 에너지
Đông Nam Á	(東南亞) 동남아	ngoại xâm	(外侵) 외침
đồng bằng	평야	tuyến hàng hải	(線航海) 항해선
địa lý	(地理) 지리	trù phú	(綢富) 사람도 많고 부유한
hòa bình	(和平) 평화	phía bắc	(北) 북쪽
hòn ngọc viễn đông	(玉遠東) 극동의 옥	phía tây	(西) 서쪽
hùng vĩ	(雄偉) 장엄한, 웅장한	quá trình	(過程) 과정
vị trí	(位置) 위치	súng	총

Bài tập (연습)

1. "**Không ai**" 혹은 "**không + 명사 + nào**"를 이용하여 아래 문장을 절대부정형으로 고치시오.

1) Ai cũng thích mùa xuân.

2) Ai cũng muốn nghỉ ngơi ở bãi biển.

3) Sinh viên nào cũng học giỏi.

4) Bông hoa nào cũng đẹp.

5) Phòng nào cũng vắng người.

6) Bài nào cũng dễ.

7) Người nào cũng đang bận.

8) Cô gái nào cũng thông minh.

2. 다음 단어 "**thấy, được, ra, xong**"를 아래 빈칸에 채우시오.

1) Anh ấy đã tìm ______ quyển từ điển cũ rồi.

2) Hôm qua tôi mới nhận ______ thư của gia đình.

3) Kỹ sư Bảo đã nghĩ ______ một kiểu nhà mới.

4) Từ xa tôi đã nghe ______ tiếng chị Thúy Lan.

5) Sau nhiều năm đấu tranh, nhân dân Việt Nam đã giành ______ độc lập.

6) Con người đã sáng tạo ______ mọi của cải trong xã hội.

7) Em bé trông ______ một chiếc máy bay trên trời.

8) Chúng ta đã làm ______ tất cả các bài tập.

3. 아래 문장의 "**nhưng**"을 "**mà**"로 교체하고, 그 문장을 우리말로 옮기시오.

1) Trời nắng nhưng không nóng.

2) Bông hoa này đẹp nhưng không thơm.

3) Cuốn từ điển này nhiều từ nhưng không chính xác.

4) Anh Kim yêu cô ấy nhưng cô ấy không yêu anh Kim.

5) Trời đẹp nhưng chị ấy không đi chơi.

6) Nhà hát thành phố có hòa nhạc nhưng tôi không mua được vé.

7) Tôi đợi đã lâu rồi nhưng chị ấy không đến.

8) Anh ấy sống rất vất vả nhưng lúc nào cũng vui vẻ.

9) Tôi mời mãi nhưng chị ấy không nhận lời mời của tôi.

문제풀이

1. *Chọn từ thích hợp, điền vào chỗ trống:*

– Anh có nhìn ________ cô gái đang ngồi đọc báo ở đằng kia không ?

① ra ② được
③ thấy ④ thử

2. *Chọn từ thích hợp, điền vào chỗ trống:*

– Tiếc quá. Anh ấy từ quê ra thăm chúng tôi ________ chúng tôi không có nhà.

① nên ② nhưng
③ mà ④ và

3. *Chọn từ thích hợp nhất, hoàn thiện câu:*

– Các chị ơi, mệt quá! Nghỉ một lát ________, tí nữa làm tiếp.

① đấy ② nữa
③ chứ ④ đã

4. *Chọn câu hỏi thích hợp với câu trả lời dưới đây:*

– ________

– Rồi. Chúng tôi đã tìm thấy (từ điển Việt – Anh) rồi.

① Các anh đã tìm từ điển Việt – Anh chưa ?
② Các anh đã tìm thấy từ điển Việt – Anh chưa ?
③ Các anh có tìm từ điển Anh – Việt không ?
④ Các anh có thấy từ điển Anh – Việt không ?

5. Chọn câu trả lời thích hợp với câu hỏi dưới đây:

– Trong số các em, có em nào biết tiếng Lào không ?

–

① Không. Chúng em không biết tiếng Lào gì cả.
② Không. Trong chúng em không ai biết tiếng Lào cả.
③ Không. Trong chúng em không ai biết tiếng Lào gì cả.
④ Không. Trong chúng em không có ai biết gì tiếng Lào cả.

6. Chọn tìm câu trái nghĩa với câu dưới đây:

– Ngày nay không ai trên thế giới này không biết Việt Nam.

① Ngày nay, không ai trên thế giới này biết Việt Nam cả.
② Ngày nay, không ai trên thế giới này không biết Việt Nam cả.
③ Ngày nay, trên thế giới này ai cũng biết Việt Nam cả.
④ Ngày nay, trên thế giới này người nào cũng biết Việt Nam cả.

7. Chọn từ gần nghĩa với từ gạch chân trong câu:

– Hễ rạp chiếu bóng nào có phim mới là họ đi xem <u>ngay</u>.

① luôn ② liền
③ lập tức ④ liền ngay

8. Chọn tìm câu gần nghĩa với câu dưới đây:

– Chúng tôi đã làm xong tất cả bài tập của bài này rồi.

① Chúng tôi đã làm toàn thể bài tập của bài này rồi.
② Chúng tôi đã làm hoàn toàn bài tập của bài này rồi.
③ Chúng tôi đã làm hầu hết bài tập của bài này rồi.
④ Chúng tôi đã làm hết bài tập của bài này rồi.

9. *Sắp xếp các từ, cụm từ sau thành câu đúng ngữ pháp:*

– chị ấy / họ / nói với / là / cũng / họ / sẽ đi / cả / thăm / Huế / nữa.

① Chị ấy nói với họ là họ cũng sẽ đi thăm cả Huế nữa.

② Họ nói với chị ấy là họ cũng sẽ đi thăm cả Huế nữa.

③ Họ nói với chị ấy là họ cũng sẽ đi thăm Huế cả nữa.

④ Họ nói chị ấy là với họ cũng sẽ đi thăm cả Huế nữa.

10. *Chọn tìm câu khác nghĩa:*

① Lạ thật. Mình vừa để chìa khoá ở đây mà giờ không tìm thấy.

② Lạ thật. Mình vừa để chìa khoá ở đây mà giờ không tìm được.

③ Lạ thật. Mình vừa để chìa khoá ở đây mà giờ không tìm nổi.

④ Lạ thật. Mình vừa để chìa khoá ở đây mà giờ không tìm ra.

Bài 14

Chúng tôi coi Hà Nội như quê hương thứ hai của mình

우리는 하노이를 제2의 고향처럼 여긴다

Câu mẫu (문형)

1 동사 "**coi, gọi, cử, bầu**" 활용법
2 시간을 나타내는 의문부사 + "**cũng**" 활용법
3 "**Thì**" 활용법
4 "**Chứ**" 활용법

A

1. Chúng tôi coi thử thách này như một cơ hội.
2. Anh Trường coi gia đình chị ấy như gia đình mình.
3. Chúng tôi coi cuộc gặp hôm ấy như một kỉ niệm đẹp.
4. Chúng tôi coi Hà Nội như quê hương thứ hai của mình.
5. Tôi coi lời khuyên của anh ấy như một bài học quý giá.
6. Cô ấy là em gái của bạn tôi, nhưng tôi coi cô ấy như em gái tôi.

B

1. Hoa này gọi là hoa gì?
2. Hoa này gọi là hoa huệ.
3. Em bé gọi kỹ sư Bắc là bố.
4. Người ta gọi hoa huệ là hoa trinh tiết.
5. Hà Nội được gọi là đất ngàn năm văn vật.
6. Việt Nam coi Hàn Quốc là một đối tác chiến lược.
7. Người ta từng gọi Sài Gòn là hòn ngọc Viễn Đông.

C

1. Chính phủ đã cử ông ấy làm Đại sứ đặc mệnh toàn quyền.
2. Chính phủ đã cử ai làm Bộ trưởng?
4. Chính phủ đã cử ông Kim làm Bộ trưởng.
5. Đại hội đã bầu anh ấy làm chủ tịch nhà nước.
6. Chúng tôi đã bầu anh ấy làm đại diện sinh viên Khoa tiếng Việt.
7. Nhân dân đã bầu bà ấy làm đại biểu Quốc hội.

D

1. Ở Hà Nội hồ nào đẹp?
2. Ở Hà Nội hồ nào cũng đẹp cả.
3. Trong thành phố này đâu cũng trồng hoa.
4. Ở ký túc xá của chúng tôi chỗ nào cũng sạch sẽ.
5. Hôm nay rạp chiếu bóng nào cũng hết vé.
6. Sáng nay lớp nào cũng học.

E

1. Anh ấy bao giờ cũng sẵn sàng giúp đỡ chúng tôi.
2. Lúc nào tôi cũng nhớ đến quê hương yêu dấu của tôi.
3. Ngày nào chúng tôi cũng thức khuya, dậy sớm.
4. Tuần nào chị ấy cũng nhận được thư của người yêu.
5. Buổi học nào chúng tôi cũng tập nói nhiều.
6. Năm nào sinh viên cũng sang Việt Nam để thực tập.

F

1. Hôm nay chúng tôi sẽ nghỉ ở nhà, còn anh?
2. Tôi thì đến câu lạc bộ để nghe hòa nhạc.
3. Tôi thì phải đi đến thư viện để đọc nốt một cuốn sách hay.
4. Còn tôi thì đi xem phim.
5. Tôi thì sẽ đi nghe hòa nhạc với chị Tố Hoa.
6. Mùa đông thì rét, mùa hè thì nóng quá, mùa thu thì đẹp nhưng buồn, còn mùa xuân là mùa thích nhất.
7. Còn chị thì chị thích mùa nào?
8. Tôi thì tôi thích mùa đông vì tôi sẽ ăn khỏe và béo ra.

G

1. Đây là cái đồng hồ báo thức à?
2. Không phải. Đây là đồng hồ đeo tay chứ không phải là đồng hồ báo thức.
3. Đây là con gà mái chứ không phải là con gà trống.
4. Tôi uống bia chứ không uống rượu.
5. Anh ấy chứ không phải tôi đã có sáng kiến ấy.
6. Rạp chiếu bóng Tháng Tám chứ không phải rạp 1–5 chiếu phim "Người đẹp ngủ trong rừng".
7. Hôm nay chứ không phải ngày mai chúng ta phải làm xong tất cả các bài tập này.
8. Cuốn từ điển của tôi ở trên giá sách chứ không phải ở trên bàn.

Từ vựng (어휘)

ăn khỏe	잘 먹다	ngàn năm văn vật	(萬物) 천년문물
đại biểu Quốc hội	(代表國會)국회의원	người yêu	애인, 사랑하는 사람
đại hội	(大會) 대회	nhớ	기억하다
đồng hồ đeo tay	(銅壺) 손목시계	quê hương	고향
đồng hồ báo thức	(銅壺報識) 자명종시계	rừng	정글, 숲
biểu hiện	(表現) 표현	sáng kiến	(創見) 창조적인 견해
cái nôi	요람	sẵn sàng	기꺼이, 준비된
công viên	(公園) 공원	sạch sẽ	깨끗한
chờ đợi	기다리다	tập nói	말하는 연습을 하다
dậy sớm	일찍 일어나다	tập	(習) 연습하다
gà mái	암탉	thử thách	시련
gà trống	수탉	thức khuya	밤 늦게까지 깨어있는
giá sách	책꽂이	thực tập	(實習) 실습
giám đốc	(監督) 감독, 사장, 회장	trồng	심다, 재배하다
hòa nhạc	(和樂) 합주하다	trưởng đòan	(長團) 단체의 인솔자, 단장
hoa huệ	백합	vé	표
hòn ngọc	(玉) 옥	Viễn Đông	(遠東) 원동, 극동
nông thôn	(農村) 농촌	yêu dấu	그리운, 사랑스런
nốt	1. 끝, 마지막 부분 2. 매듭		

Ngữ pháp (문법)

A "**Coi** + **DT1** + **như** + **DT2**" 형태의 문장은 명사1을 명사2처럼 여기다라는 뜻이다. "**Như**"대신에 "**là**"를 쓸 수 있다.

B "**Gọi** + **DT1** + **là** + **DT2**", "**X** + **được gọi là** + **Y**" 형태의 문형:
앞의 형태는 능동형, 뒤의 형태는 수동형이다. 전자의 형태는 "명사1은 명사2라고 부른다"로 해석하고, 후자의 형태는 "X는 Y라고 불리운다"로 해석한다.

Ví dụ
– Chúng tôi gọi Đà Lạt là thành phố mùa xuân.
– Hà Nội được gọi là trái tim của Việt Nam.

C "**Cử, bầu A** + **làm** + **B**" 형태의 문형:
이 형태의 문형은 "A를 B로 뽑다"라고 해석한다. 아래 보기에서 첫째와 둘째 문형은 능동형이고, 셋째와 넷째 문형은 수동형이다.

Ví dụ
– Chính phủ đã cử ông ấy làm đại sứ.
– Đại hội đã bầu ông ấy làm chủ tịch.
– Ông ấy đã được đại hội bầu làm chủ tịch.
– Ông ấy đã được chính phủ cử làm đại sứ.

D "시간을 나타내는 의문부사 + **cũng**" 형태의 문형:
이 형태는 절대긍정을 말할 때 쓴다. "언제나 …하다"라고 해석한다. 이와 비슷한 형태의 문형으로 다음과 같은 것이 있다.

절대긍정 : người nào + cũng, chỗ nào + cũng, lúc nào + cũng
절대부정 : không người nào, không nơi nào, không lúc nào

E "**Thì**"는 주어를 강조하고자 할 때 계속하여 주어를 두 번쓰고 그 주어 사이에 "**thì**"를 쓴다.

Ví dụ – Anh Kim, chị Minh: Chúng tôi rất thích uống cà phê. Còn anh?
– Anh Song: Tôi thì tôi lại rất thích uống cà phê.

이외에도 여러가지 것을 열거하고자 할 때 "**thì**"를 쓴다.

Ví dụ Anh Quang thì uống cà phê, chị Nga thì uống chanh, tôi thì uống bia.

F "**Chứ**"는 서로 상반된 의미를 지니고 있는 두 부분을 연결할 때 쓴다. 상반된 의미라고 하는 것은 지점, 시간 등에서 차이를 나타낸다.

Ví dụ – Anh ấy chứ không phải tôi đã có sáng kiến ấy.
– Đấy là gà mái chứ không phải là gà trống.
– Hôm nay chứ không phải ngày mai chúng ta phải làm xong việc này.
– Anh ấy đang đọc sách ở ngoài vườn chứ không phải ở trong nhà.

Bài đọc cơ bản (기본독해)

Sài Gòn – Thành phố Hồ Chí Minh

Sài Gòn có lịch sử hơn 300 năm. Sau năm 1975, Sài Gòn mang tên Thành phố Hồ Chí Minh. Trước đây, người ta gọi Sài Gòn là "hòn ngọc của Viễn Đông". Sài Gòn là thành phố lớn nhất ở Việt Nam. Sài Gòn ngày nay là một thành phố đồ sộ với số dân hơn tám triệu người.

Thành phố Sài Gòn nằm bên dòng sông Bến Nghé trong xanh. Sài Gòn là trung tâm kinh tế, công nghiệp, giao thông, văn hóa của miền Nam Việt Nam. Sài Gòn là thành phố công nghiệp với nhiều nhà máy, xí nghiệp. Sài Gòn đi lại thuận tiện với các nơi ở miền Nam và cả nước. Miền nào của đất nước cũng có thể đến Sài Gòn bằng các phương tiện giao thông khác nhau. Đường hàng không thì có sân bay Tân Sơn Nhất. Đường thủy thì có cảng Sài Gòn. Đường xe lửa từ ga Sài Gòn đi khắp nơi, ra thủ đô Hà

Nội. Đường bộ thì như một mạng lưới nối Sài Gòn với cả nước.

Sài Gòn là một thành phố hiện đại. Đường phố nào cũng có những ngôi nhà nhiều tầng. Trong thành phố, chỗ nào cũng có những công trình kiến trúc, văn hóa mới, hiện đại. Sài Gòn là một cửa hàng lớn ở miền Nam Việt Nam. Đến Sài Gòn, khách du lịch nào cũng muốn thăm chợ Bến Thành. Ở đây tập trung đủ các sản phẩm đặc biệt của miền Nam. Lúc nào chợ cũng đông người.

Nếu chưa đến Sài Gòn thì bạn chưa hiểu hết sự năng động và sáng tạo của người dân Việt Nam.

Từ vựng 2

đồ sộ	거대한	nụ cười	웃음
đường bộ	(步) 육로	phương tiện	(方便) 수단
đường hàng không	(航空) 항공로	rực rỡ	화려한
đường thủy	(水) 수로	sang trọng	1. 화려한 2. 기품있는
giao thông	(交通) 교통	tấn	1. 톤(1,000kg) 2. 고문하다
giống	닮은	thuận tiện	(順便) 유리한
hòn ngọc	(玉) 옥	tinh thần	(情神) 정신
khách du lịch	(客遊歷) 여행자, 여행객	tự hào	(自豪) 자부하다
khổng lồ	거대한	Viễn Đông	(遠東) 극동
lộng lẫy	화려한	xí nghiệp	(企業) 기업, 중소기업
mạng lưới	네트워크		

Bài tập (연습)

1. 아래 문장을 보기처럼 수동형으로 바꾸시오.

Ví dụ Nhân dân Hàn Quốc đã bầu ông ấy là đại biểu Quốc hội.
⇒ Ông ấy đã được nhân dân bầu làm đại biểu Quốc hội.

1) Chính phủ đã cử bà Bình làm bộ trưởng.

2) Đại hội sinh viên đã bầu anh ấy làm chủ tịch hội học sinh.

3) Chính phủ đã cử ông ấy làm đại sứ tại Hàn Quốc.

4) Chúng tôi đã bầu anh Song làm trưởng lớp.

5) Chính phủ Hàn Quốc đã cử ông Kim làm thứ trưởng.

6) Các giáo sư trường chúng tôi đã bầu ông Park làm hiệu trưởng.

2. "**Bài đọc cơ bản**"에 근거하여 아래 질문에 답하시오.

1) Trước đây người ta gọi Sài Gòn là gì? Vì sao người ta gọi như vậy?

2) Hiện nay dân số Sài Gòn bao nhiêu?

3) Sài Gòn nằm ở đâu? Sài Gòn có vị trí như thế nào ở miền Nam Việt Nam?

4) Bạn biết gì về sự khác nhau giữa Sài Gòn và Hà Nội?

문제풀이

1. Chọn từ thích hợp, điền vào chỗ trống:

– Họ là sinh viên ______ không phải là nhân viên.

① nhưng
② chứ
③ và
④ nên

2. Chọn cấu trúc thích hợp, hoàn thiện câu:

– Trẻ con ở Sài Gòn ______ những người sinh ra mình ______ ba, má.

① coi . . . như . . .
② gọi . . . làm . . .
③ gọi . . . là . . .
④ gọi . . . như . . .

3. Chọn tìm cách giải thích chính xác nhất:

– Người mà trước đây đã từng làm tổng thống, hiện nay gọi là gì ?

① gọi là tổng thống trước đây
② gọi là tổng thống cũ
③ gọi là cựu tổng thống
④ gọi vốn là tổng thống

4. Chọn câu trả lời thích hợp với câu hỏi dưới đây:

– Các anh đã coi Hà Nội như thế nào ?

– ______

① Chúng tôi đã gọi Hà Nội là quê hương thứ hai của mình.
② Chúng tôi đã coi Hà Nội như quê hương thứ hai của mình.
③ Chúng tôi đã cho Hà Nội là quê hương thứ hai của mình.
④ Chúng tôi đã nghĩ Hà Nội là quê hương thứ hai của mình.

5. Chọn câu hỏi thích hợp với câu trả lời dưới đây:

–

– Trẻ con ở Hà Nội gọi những người sinh ra mình là bố, mẹ.

① Trẻ con ở Hà Nội gọi những người sinh ra mình là người gì ?

② Trẻ con ở Hà Nội gọi những người sinh ra mình những người nào ?

③ Trẻ con ở Hà Nội gọi những người sinh ra mình như thế nào ?

④ Trẻ con ở Hà Nội gọi những người sinh ra mình là ra làm sao?

6. Tìm câu khác nghĩa với câu dưới đây:

– Trời đẹp mà chị ấy ở nhà.

① Trời đẹp vậy mà chị ấy ở nhà.

② Trời đẹp mà chị ấy không đi chơi.

③ Trời đẹp nhưng chị ấy lại ở nhà.

④ Trời đẹp nên chị ấy không ở nhà.

7. Tìm câu gần nghĩa với câu dưới đây:

– Vào giờ cao điểm, ở Hà Nội chỗ nào cũng bị tắc đường.

① Vào giờ cao điểm, ở Hà Nội nơi nào cũng đông người.

② Vào giờ cao điểm, ở Hà Nội khắp nơi đông người.

③ Vào giờ cao điểm, Hà Nội bị tắc đường khắp nơi.

④ Vào giờ cao điểm, ở Hà Nội rất khó khăn đi lại.

8. Chọn tìm thể bị động của câu dưới đây:

– Trước đây, người ta gọi Sài Gòn là hòn ngọc của Viễn Đông.

① Trước đây, Sài Gòn vốn được người ta gọi là hòn ngọc của Viễn Đông.

② Trước đây, Sài Gòn được gọi là hòn ngọc của Viễn Đông.

③ Trước đây, Sài Gòn được gọi là hòn ngọc của Viễn Đông bởi người ta.

④ Trước đây, người ta từng gọi Sài Gòn là hòn ngọc của Viễn Đông.

9. Sắp xếp các từ, cụm từ sau thành câu đúng ngữ pháp:

– làm / bầu / được / anh ấy / sinh viên / tất cả / tôi / lớp trưởng / lớp.

① Tất cả sinh viên lớp tôi được bầu anh ấy làm lớp trưởng.

② tất cả sinh viên lớp tôi bầu được anh ấy làm lớp trưởng.

③ Anh ấy được tất cả sinh viên lớp tôi bầu làm lớp trưởng.

④ Anh ấy được tất cả sinh viên lớp bầu tôi làm lớp trưởng.

10. Chọn tìm thể chủ động của câu dưới đây:

Ông ấy đã được chính phủ cử làm đại sứ Việt Nam tại Hàn Quốc .

① Chính phủ Việt Nam đã cử đại sứ cho ông ấy tại Hàn Quốc.

② Chính phủ Việt Nam đã cử ông ấy tại Hàn Quốc làm đại sứ.

③ Chính phủ đã cử ông ấy làm đại sứ Hàn Quốc tại Việt Nam.

④ Chính phủ đã cử ông ấy làm đại sứ Việt Nam tại Hàn Quốc.

Bài 15

Chị ấy xinh thật nhỉ!

그 여자 참으로 예쁘지 않니?

Câu mẫu (문형)

1. "**Nhỉ**" 활용법
2. "**Thế nào**" + "**cũng**" 문형 활용법
3. "… **Đã** … **lại** …, … **đã** … **còn** …" 문형 활용법
4. "**Mà**" 활용법

A

1. Cô ấy xinh thật nhỉ!
2. Ừ, cô ấy xinh thật.
3. Bản nhạc này làm mọi người xúc động nhỉ!
4. Dàn nhạc này chơi tốt nhỉ!
5. Đúng. Đây là một dàn nhạc nổi tiếng.
6. Vịnh Hạ Long vừa nên thơ vừa hùng vĩ nhỉ!
7. Hôm nay trời đẹp quá nhỉ!
8. Vâng. Hôm nay trời đẹp lắm.

B

1. Ngày mai chị ấy thế nào cũng đến Hà Nội.
2. Chúng em nhất định sẽ giỏi tiếng Việt.
3. Chúng em thế nào cũng sẽ giỏi tiếng Việt.
4. Thế nào bài hát này cũng được mọi người ưa thích.
5. Thế nào tôi cũng giữ đúng lời hứa với anh.

C

1. Việt Nam có núi và có biển.
2. Việt Nam đã có núi lại có cả biển nữa.
3. Hôm qua trời đã mưa lại có gió to.
4. Bài học này đã khó lại còn dài nữa.
5. Chị Yến đã biết tiếng Việt còn biết cả tiếng Thái nữa.
6. Anh ấy đã thông minh lại còn cần cù.
7. Ngôi nhà này đã nhỏ lại còn xấu nữa.

D

1. Anh đến hiệu sách Quốc văn mà mua giáo trình tiếng Việt.
2. Chị đến cửa hàng thực phẩm mà mua thịt.
3. Anh lấy xe máy của tôi mà đi Hà Nội.
4. Chị vào phòng tôi mà nghỉ một chút.

Từ vựng (어휘)

ưa thích	좋아하다	nhất định	(一定) 일정한, 틀림없이, 반드시
cửa hàng thực phẩm	식품가게	quốc văn	(國文) 자국문학
dàn nhạc	오케스트라	thật	(實) 사실
dao (con~)	칼	thực phẩm	(食品) 식품
giáo trình	(教程) 교과과정	tiên tiến	(先進) 선진
giữ đúng	정도를 지키다	toàn	(全) 전체, 전부
hùng vĩ	(雄偉) 웅장한	văn minh	(文明) 문명
lãnh thổ	(領土) 영토	vẻ vang	울려퍼지는
lời hứa	약조, 약속의 말	vịnh	(灣) 만
mạnh	강한, 힘센	xe máy	오토바이
nên thơ	시적인, 아름다운	xinh	아름다운

Ngữ pháp (문법)

A "**Nhỉ**"는 의문문을 만드는데 쓰이며, 화자가 청자에게 자신의 인식에 동의해 줄 것을 요청하고자 할 때 쓴다. "**Nhỉ**"는 구어체에서 쓴다.

B "**Thế nào cũng**" 형태의 문형은 틀림없이, 확실히라는 절대긍정의 의미로 쓴다. "**Thế nào cũng**" 대신에 "**nhất**, **chắc chắn**"으로 대체할 수 있다. 보기 1처럼 연이어 쓸 수 있고, 보기 2처럼 주어를 뒤로 하여 분리해 쓸 수도 있다.

Ví dụ
– Anh ấy thế nào cũng trở lại đây.
– Thế nào anh ấy cũng trở lại đây.

C "**… đã … lại …**", "**… đã … còn …**" 형태의 문형은 술부 속에 진전된 의미가 있는 두 요소를 연결하기 위하여 쓴다. 이 형태의 문형은 "**… đã … lại còn …**"형태로 확장하여 사용될 수 있으며, 이 같은 경우는 의미를 강조하기 위하여 "**cả**"와 "**nữa**"를 첨가 할 수 있다.

D "**Mà**": 문장의 술부에서 정동사의 목적을 나타내기 위하여 쓴다. 이는 "**để**"와 같은 뜻을 갖는다. 보기와 같은 문형은 주로 구어체에서 화자와 청자간에 친밀한 관계 혹은 나이 직업 등에서 비슷하거나 화자보다 아래일 경우에 쓴다.

Ví dụ
– Anh lấy cà phê mà uống.
– Chị đến nhà ăn mà ăn cơm.

Bài đọc cơ bản (기본독해)

Đà Lạt

Một ngày nghỉ, đi dạo chơi ngoài trời ở Đà Lạt sẽ để lại cho bạn nhiều ấn tượng đẹp.

Thành phố Đà Lạt được xây dựng trên những ngọn đồi nối tiếp nhau. Đà Lạt đã có nhiều cảnh đẹp, lại mát mẻ quanh năm.

Bạn hãy đến thăm hồ Xuân Hương giữa lòng thành phố. Hồ Xuân Hương rộng. Những chiếc thuyền buồm trắng nhẹ nhàng lướt trên mặt nước êm đềm. Xung quanh hồ có nhiều khách sạn lộng lẫy. Bên bờ hồ Xuân Hương có vườn Bích Câu xinh đẹp, hoa nở bốn mùa. Những buổi chiều đẹp, mời bạn ra bờ hồ, ngồi trên ghế đá mà đọc sách hoặc câu cá.

Chợ Đà Lạt rất hiện đại và tấp nập. Chợ này có ba tầng. Tầng thứ nhất bán rau, hoa, quả, thịt, cá và các loại đồ ăn, thức uống. Tầng thứ hai có các cửa hàng bán vải, quần áo, giầy dép. Nếu bạn muốn mua các hàng hóa khác thì xin mời bạn lên tầng thứ ba của chợ.

Ra khỏi thành phố bạn có thể đi dạo trong những rừng thông bát ngát hoặc trên những cánh đồng cỏ non xanh. Những đàn bướm màu sắc rực rỡ bay lượn trên các thảm cỏ. Một bức tranh tuyệt đẹp, bạn nhỉ!

Đi xa hơn nữa, bạn sẽ nghe thấy tiếng nước đổ ào ào, gầm thét. Đó là các thác nước Cam Ly, Gù Gà, Pông Gua. Thác Pông Gua là thác nước hùng vĩ nhất Việt Nam. Thác này cao bốn mươi mét. Thác và hồ là những cảnh đẹp đặc trưng của Đà Lạt.

Nhưng không chỉ có thế! Đà Lạt còn là thành phố của hoa và rau. Ở Đà Lạt có nhiều loại hoa, màu sắc khác nhau: hoa hồng đỏ, trắng, vàng; hoa lay ơn trắng, tím, vàng; các loại hoa cúc đủ màu sắc v.v... Hoa ở công viên, hoa ở vườn mỗi nhà. Mùa xuân, hoa anh đào nở đỏ quanh các hồ. Mùa hè, hoa sen nở kín mặt nước. Hoa làm cho Đà Lạt rực rỡ, tươi đẹp. Đà Lạt cũng là một vườn rau. Đà Lạt có đủ các loại rau, quả: lê, táo, su hào, bắp cải, xà lách, hành v.v... Dâu tây Đà Lạt đã ngọt lại to. Rau, quả của Đà Lạt ra Hà Nội, vào Thành phố Hồ Chí Minh, đi khắp nơi. Đà Lạt còn được mọi người biết đến vì có nhà máy thủy điện Đa Nhim, Viện Y học Pasteur, Trung tâm Nghiên cứu Nguyên tử, v.v...

Từ vựng 2

đổ	떨어지다	lượn	포물선을 그리며
đồi (ngọn đồi)	언덕	lướt	지나가다
đùa	1.농담하다 2.떼(무리)를 지어	loại	(類) 종류
ào ào	폭포소리, 물 흐르는 소리	mát mẻ	시원한
bát ngát	광활한	nở	꽃이 피다
bắp cải	배추	ngoài trời	야외
buồm	돛	nguyên tử	(原子) 원자
cánh đồng cỏ	초원	nhà máy thủy điện	(水電) 수력발전소
câu	낚시질하다	non	1.산 2.어린
cảnh	(景) 경치	rì rào	바람, 물, 말의 의성어 (은은한,솔솔)
cặp	쌍	rặng	열, 줄, 맥
dâu tây	딸기	rỗi rãi	한가한
du lịch	(遊歷) 여행하다	rủ	1. 요구하다 2. 늘어지다
êm đềm	잔잔한	su hào	콜라비(양배추과 채소의 하나; 무우)
gầm thét	요란스러운	táo	사과
hành	파	tấp nập	활기찬, 소란스러운
hoa anh đào	(花英桃) 벚꽃	thác nước	폭포
hoa cúc	(花菊)국화	thảm cỏ	풀밭
hoa lay ơn	글라디올러스 꽃	thông	소나무
hoa sen	연꽃	thướt tha	날씬한, 나긋나긋, 유연한
khúc nhạc	음악	xà lách	상추
lê	배(과일)	lộng lẫy	화려한

Bài tập (연습)

1. 아래 문장을 "**nhỉ**"를 이용한 의문문으로 고치시오.

1) Chị nói tiếng Việt giỏi quá.

2) Cô ấy đáng yêu thật.

3) Món ăn này ngon.

4) Rượu này nặng quá.

5) Cà phê này đặc.

6) Tối nay trăng sáng.

7) Hôm nay trời không nóng.

8) Trời sắp mưa.

9) Ngày mai anh Khôi sẽ đến đây.

10) Chị ấy hát hay.

2. 아래 문장을 "… **đã** … **lại** …", "… **đã** … **còn** …" 형태로 바꾸시오.

1) Việt Nam có cà phê và chè.

2) Chị ấy mua nón và mua mũ.

3) Anh ấy yêu âm nhạc và yêu hội họa.

4) Trời mưa và gió to.

5) Người Việt Nam cần cù và sáng tạo.

6) Nước chúng tôi nhiều rừng và nhiều núi.

7) Bạn tôi thông minh và chăm học.

8) Cô ấy trẻ và đẹp.

3. "**Mà**"를 이용하여 아래 질문에 답하시오.

1) Ở đâu có bán thẻ điện thoại hả anh?

2) Tôi khát nước quá! Ở đâu có nước uống nhỉ?

3) Chiều nay chúng tôi ăn cơm ở đâu được?

4) Anh cho tôi mượn cuốn từ điển, được không?

5) Chị làm ơn cho tôi xin một cái bút chì, được không?

6) Chị Tố Nga đâu?

4. 아래 문장의 문법성분을 분석하시오.

1) Đà Lạt đã có nhiều cảnh đẹp, khí hậu lại quanh năm mát mẻ.

2) Những buổi chiều đẹp, mời bạn ra bờ hồ, ngồi trên ghế đá mà đọc sách hoặc câu cá.

문제풀이

1. *Chọn từ thích hợp, điền vào chỗ trống:*

– Anh đi đâu đấy. Nếu vội thì lấy xe máy của tôi ______ đi.

① để ② cho
③ mà ④ hãy

2. *Chọn cặp từ thích hợp, hoàn thiện câu:*

– Đúng là một ngày xui xẻo! Mình ______ vội ______ bị hỏng xe nữa.

① không những . . . mà còn . . . ② vừa . . . vừa . . . .
③ đã . . . lại còn . . . ④ cả . . . lẫn . . .

3. *Chọn cụm từ thích hợp, điền vào chỗ trống:*

– Trời đang mưa to. Nếu ______ thì anh hãy lấy áo mưa của tôi mà mặc.

① chưa phải về ngay ② chưa cần phải về ngay
③ phải về ngay ④ chưa phải vội

4. *Chọn câu hỏi thích hợp với câu trả lời dưới đây:*

– ______

– Chị cứ yên tâm đi! Thế nào anh ấy cũng tới.

① Không biết anh ấy có tới không nhỉ ?
② Tôi thấy lo quá, không biết anh ấy có tới không nhỉ ?
③ Tôi thấy lo quá, không biết anh ấy có biết chiều này họp không nhỉ ?
④ Tôi thấy lo quá, không biết chuyện gì đã xảy ra với anh ấy ?

5. *Tìm, chọn từ gần nghĩa với từ gạch dưới:*

– Thành phố Đà Lạt được xây dựng trên những ngọn đồi nối tiếp nhau.

① liên tiếp ② liên tục

③ liên kết ④ kế tiếp

6. *Chọn câu đồng nghĩa với câu dưới đây:*

– Chúng tôi thế nào cũng trở lại Việt Nam trong một ngày gần đây.

① Chúng tôi nhất định sẽ trở lại Việt Nam trong một ngày gần đây.

② Chúng tôi 100% sẽ rời Việt Nam trong một ngày gần đây.

③ Chúng tôi hoàn toàn sẽ trở lại Việt Nam trong một ngày gần đây.

④ Chúng tôi chắc chắn sẽ trở lại Việt Nam trong một ngày gần đây.

7. *Tìm, chọn từ trái nghĩa với từ gạch dưới:*

– Giữa các đường phố tấp nập, chợ Đà Lạt được xây dựng rất hiện đại.

① nhộn nhịp ② hiu quạnh

③ vắng vẻ ④ yên lặng

8. *Tìm, chọn câu chính xác:*

① Cô ấy thật tuyệt vời, người đã đẹp lại nết còn đẹp nữa.

② Cô ấy thật tuyệt vời, người đã đẹp lại còn nết đẹp nữa.

③ Cô ấy tuyệt vời thật, đã đẹp người lại còn nết đẹp nữa.

④ Cô ấy thật tuyệt vời, đã đẹp người lại còn đẹp nết nữa.

9. *Sắp xếp các từ, cụm từ sau thành câu đúng ngữ pháp:*
– giỏi / họ / tiếng Việt / lại còn / đã / nữa / tiếng Anh / cả / giỏi.

① Họ đã giỏi tiếng Việt còn lại giỏi cả tiếng Anh nữa.
② Họ đã giỏi tiếng Việt lại còn giỏi cả tiếng Anh nữa.
③ Họ đã giỏi tiếng Việt lại còn giỏi tiếng Anh cả nữa.
④ Họ đã còn giỏi tiếng Việt lại giỏi cả tiếng Anh nữa.

10. *Đọc lại đoạn văn dưới đây trong bài đọc:*
"Giữa các đường phố tấp nập, chợ Đà Lạt được xây dựng rất hiện đại. Chợ này có ba tầng. Tầng thứ nhất bán rau, hoa, quả, thịt, cá và các hàng hóa khác. Tầng thứ hai có các cửa hàng bán vải, quần áo, giầy dép v.v... Bạn muốn mua các hàng hóa khác? Mời bạn lên tầng thứ ba của chợ".

Hãy cho biết:
– Có người muốn mua thực phẩm ở chợ Đà lạt, bạn khuyên họ vào tầng mấy?

① tầng thứ nhất
② tầng thứ hai
③ tầng thứ ba
④ tầng thứ tư.

Bản ghi nhớ

남북간 달리 상용되는 일부 단어

북부	남부	의미
Bố/Thầy	Ba	아버지
Mẹ/U/Bầm	Má	어머니
(Ông, bà) nhà tôi	Ông xã, bà xã	집사람
Vâng	Dạ	예
Sợ/Hãi (quá)	Sợ (quá)	(매우) 무섭다
Khiếp	Tởn	두려워하다
Xấu hổ, ngượng	Mắc cỡ	부끄럽다, 창피하다
Trêu	Chọc	조롱하다, 놀리다
Ngấy	Ngán	싫증나다
Nghiện	Ghiền	…에 중독되다
Nhạt	Lạt	맛이 싱겁다
Nhầm	Lộn	실수하다, 잘못하다
Lười biếng	Làm biếng	게으르다
Bẩn	Dơ	더럽다
Thối	Thúi	나쁜 냄새, 썩었다
Hôn	Hun	키스, 입맞춤
(nói) dối	(nói) xạo	거짓말 하다
(nói) khoác	(nói) dóc	허풍떨다, 헛소리
(nói) đùa	(nói) giỡn, nói chơi	농담, 장난하다
Gầy	Ốm	날씬하다, 몸이 마르다
Béo	Mập	뚱뚱하다

Còi	Ròm	몸이 매우 마르다
Rỗi	Rảnh	한가하다
Bận	Kẹt	바쁘다
Thật	Thiệt	실로, 실제상황
Buồn	Nhột	간지럽다
Buồn cười	Mắc cười	웃기다
Làm nũng	Nhõng nhẽo	애교
Lạnh, Rét	Lạnh	춥다
Muộn	Trễ	늦다
Khoảng/Tầm (ít dùng)	Khoảng	쯤, 정도
Từ từ/Gượm	Từ từ	천천히
Tay phải	Tay mặt	오른손
Phanh	Thắng	멈추다, 브레이크
Rẽ	Quẹo	돌아가다
Vào	Vô	들어가다
Vồ	Chụp	잡다, 가로채다(뭔가를 빠른 속도로 잡다)
Ngã	Té	넘어지다
Té (nước)	Tạt (nước)	물을 퍼붓다
Cục tẩy	Cục Gôm	지우개
Véo	Ngắt	꼬집다
Vất,Vứt	Vụt, Quăng	던지다
Nôn	Ói	토하다
Ngửi	Hửi	냄새 맡다

Mắng	Chửi	야단치다
Thích	Khoái	좋아하다
Hỏng	Hư	고장나다
Mặc cả	Trả giá	값을 깎다
Đắt	Mắc	비싸다
Buộc (lại)	Cột, Ràng	얽매다
Mặc (áo)	Bận (áo)	옷을 입다
Gọi (món ăn)	Kêu (món ăn)	주문하다, 시키다
Rán	Chiên	볶다
Ninh	Hầm	부글부글 끓다
Ninh dừ	Hầm nhừ	잘 끓다
Tần (gà tần)	Tiềm (gà tiềm)	닭을 삶다
Đi nhờ (xe)	Qúa giang (xe)	차를 같이 타고 가다
Nhờ	Ké (ở ké, coi ké)	덧붙이다, 기대다
(Đi) quá	(Đi) lố	지나가다
Đâm (xe)	Đụng (xe),Tông (xe)	차를 부딪치다
Tắc đường	Kẹt xe	차가 막히다
Thuê	Mướn	빌리다, 고용하다
Dở hơi	Mát (mad)	얼빠지다, 미친 듯
Rủi ro	Xui xẻo	불운, 운이 나쁘다
Nước dãi	Nước miếng	침
Dạ dày	Bao tử	위(배)
Thuyền	Ghe	배(boat)

Biển (số xe)	Bảng (số xe)	번호판(차번호)
Lốp xe	Vỏ xe	자동차 바퀴
Xăm (xe)	Ruột (xe)	타이어 내부의 튜브
Nan hoa	Căm (xe)	수레바퀴의 살
Áo phông	Áo pull	티셔츠
Quần Âu	Quần Tây	바지
Quần bò	Quần jean	청바지
Cúc áo	Nút áo	단추
Tất	Vớ	양말
Thắt lưng	Dây nịt	허리띠
Ví	Bóp	지갑
Dây chun	Dây thun	고무줄, 탄성있는 줄
Bát	Chén	그릇
Lọ	Hủ	병, 단지, 독
Đĩa	Dĩa	접시
Cốc (uống nước)	Ly (uống nước)	컵
Môi (xới cơm)	Vá (bới cơm)	주걱
Thìa	Muỗng (nhỏ)	숫가락
Cùi dìa	Muỗng (ăn canh)	국자
Phong bì	Bao thơ	편지봉투
Thiếp	Thiệp	카드, 초대장
Nhang/Hương (thắp hương)	Nhang (thắp hương)	향(향을 피우다)

Nến	Đèn cầy	양초
Ô tô	Xe hơi	자동차
Hòm	Rương	트렁크, 상자
Áo quan, quan tài	Hòm	관
Bàn là	Bàn ủi	다리미
Bật lửa	Hột quẹt	라이터
Ga (trải giường)	Drap	시트(sheeting)
Màn	Mùng	스크린, 커튼
Chăn	Mền	이불
Lọ	Chai	병
Lợn	Heo	돼지
Ngan	Vịt xiêm	백조
Cá quả	Cá lóc, cá tràu	Snake-head(숭어)
Giun	Trùn	지렁이
(Thịt) ba chỉ	(Thịt) ba rọi	삼겹살
Trứng (vịt/gà)	Hột (vịt/gà)	(닭/오리) 알
Nem rán	Chả giò	스프링롤
Chè, trà	Trà	차
Đỗ	Đậu	합격하다
Ngô	Bắp	옥수수
(Củ) sắn	(Củ) mì	(뿌리)카사바
(Củ) đậu	(Củ) năn	콩
Lạc	Đậu phộng	땅콩

Đỗ/Đậu tương	Đậu nành	된장
Đậu phụ	Tàu hủ	두부
Tào phớ	Tàu hủ (nước đường)	연두부
Dưa chuột	Dưa leo	오이
Đậu ve	Đậu que	깍지콩(콩깍지를 요리함)
Quả dứa	Trái thơm, trái khóm	파인애플
Lô hội	Nha đam	알로에
Quả roi	Trái mận	자두
Quả trứng gà	Trái lê ki ma	
Mộc nhĩ	Nấm mèo	목이버섯
Bỏng	Cốm	팝콘
Mì chính	Bột ngọt	미원
Quả	Trái	둥근모양에 쓰는 류사
Hoa quả	Trái cây	열매, 과일
Hạt	Hột	씨앗
Na	Mãng cầu	
Hồng xiêm	Sa pô chê	사포딜라

Chuối tiêu	Chuối già	바나나
Dọc mùng	Bạc hà	박하
Cải cúc	Tần ô	쑥갓
Cải chân vịt	Rau bó xôi	
Súp lơ	Bông cải	브로클리
Bí ngô/bí đỉ	Bí đỏ	호박
Mướp đắng	Khổ qua	멜론
(Cây) Xoan	(Cây) Sầu đâu	라일락 나무
Rau mùi	Rau ngổ	향채
Chụp ảnh	Chụp hình	사진을 찍다
Cắt tóc	Hớt tóc	머리카락을 자르다
đá bóng	Đá banh	축구하다
Có chửa/Có thai	Có chửa/Có bầu	임신하다
Chuột rút	Vọp bẻ	쥐, 경련이 나다
Bỏng	Phỏng	화상
Bổ	Xẻ	패다
Thái	Xắt	잘게 썰다
Bóc	Lột	벗기다
Vỡ	Bể	깨지다
Uống rượu	Nhậu	술을 마시다

Tiêm	Chích	주사맞다
Kính	Kiếng	유리
Túi	Bịch, Bọc	봉투, 주머니, 상자
Băng dính	Băng keo	테이프
Viên	Cục	원, 국
Phích nước	Bình thủy	보온병
Quả bóng	Trái banh	공
Ngõ	Hẻm	골목
Xà phòng	Xà bông	비누
Nước hoa	Dầu thơm	향수
Đồng nát	Ve chai	병
Lạng	Gờ ram	1 lạng=100gr
Cân	Kí	근(1cân=1kg)
Tầng	Lầu	층 (floor)
Tầng 1	Tầng trệt	1층
Tầng 2	Lầu 1	2층
Nghìn	Ngàn	1천
Nhất	Nhứt	일
Chính (Chính trị)	Chánh (chánh trị)	정(정치)
Vũ (vũ trang)	Võ (võ trang)	무장하다, 무술
Hiệu	Tiệm	가게
Giò	Chả	베트남 햄
Kem	Cà rem	아이스크림

Thư	Thơ	편지
Vườn thú	Sở thú	동물원
May bay lên thẳng	Máy bay trực thăng	헬리콥터
Lính thủy đánh bộ	Thủy quân lục chiến	해병대
Nhanh	Lẹ	빠르다
Phật lòng	Mích lòng	마음에 불편하게 되다
Bồi thường	Mắc đền	보상하다
Suýt	Xém	을/ㄹ 뻔하다.
Đánh yêu	Dễ thường	사랑스럽다
Đánh vỡ	Đập bể	깨지다
Đắt quá	Mắc quá	비싸네요
Đường	Lộ	길, 도로
Đô la Mỹ	Mỹ Kim	달러
Anh cả	Anh hai	장남, 맏아들
Bọn	Tụi	무리, 끼리(우리끼리)
Ban công	Bao lơn	발코니, 베란다
Bao diêm	Hộp quẹt	성냥갑
Bút chì	Viết chì	연필
Cái ô	Cây dù	우산
Cái bút	Cây viết	필기구
(Củ) mã thầy	(Củ năn)	돼지감자의 일종
Cơ quan	Công sở	관공서, 기관
Dầu	Nhớt	오일

Ốm	Bệnh	병, 아프다
Gì	Chi	무엇
Hiệu ăn	Tiệm ăn	음식점, 식당
Hiệu ảnh	Tiệm chụp hình	스튜디오
Hoa lơ	Cải bông	콜리플라워, 꽃 양배추
Keo kiệt	Kẹo	구두쇠
Không có gì	Không có chi	괜찮다, 천만에
Là	Ủi	다림질하다
Máy điều hòa	Máy lạnh	에어컨
Màn	Mùng	커튼
Mãi	Hoài	자꾸
Một ít	Chút xíu	조금
Nhanh lên	Lẹ lên	빨리
Nhé	Nghe	청유문의 종결어미
Rẽ tay phải	Quẹo tay mặt	우회전
Rẽ	Quẹo	돌아가다
Thịt lợn	Thịt heo	돼지고기
Trứng gà	Hột gà	닭걀
Xe tải	Xe cam nhông	트럭
Yêu	thương	사랑하다

정답

Bài 01 1. ① & ② 2. ② 3. ③ 4. ② 5. ② 6. ① 7. ③ 8. ② 9. ③ 10. ②

Bài 02 1. ② 2. ② & ③ 3. ① & ② 4. ③ 5. ③ 6. ④ 7. ④ 8. ② 9. ② 10. ③

Bài 03 1. ③ 2. ① & ② 3. ③ 4. ① 5. ③ 6. ④ 7. ④ 8. ④ 9. ③ 10. ④

Bài 04 1. ① & ③ 2. ② 3. ④ 4. ② 5. ④ 6. ② 7. ③ 8. ③ 9. ② 10. ②

Bài 05 1. ③ 2. ② 3. ③ 4. ① 5. ④ 6. ③ 7. ③ 8. ④ 9. ④ 10. ②

Bài 06 1. ③ 2. ③&④ 3. ② 4. ①&③ 5. ①&③ 6. ② 7. ③ 8. ① 9. ② 10. ③

Bài 07 1. ③ 2. ④ 3. ② 4. ①&③ 5. ④ 6. ① 7. ①&② 8. ② & ③ 9.② 10. ③

Bài 08 1. ③ 2. ④ 3. ② 4. ③ 5. ② & ③ 6. ① & ③ 7. ③ 8. ③ 9. ② 10. ④

Bài 09

1.①&② 2.③ 3.①&④ 4.①&③ 5.②&③ 6.④ 7.④ 8.②&④ 9.③ 10.④

Bài 10

1.③ 2.④ 3.② 4.② 5.②&④ 6.③ 7.①&③ 8.③&④ 9.③&④ 10.④

Bài 11

1.② 2.④ 3.④ 4.② 5.④ 6.② 7.①&③ 8.③ 9.③ 10.③

Bài 12

1.② 2.②&③ 3.②&③ 4.①&③ 5.② 6.② 7.③ 8.② 9.④ 10.②

Bài 13

1.③ 2.②&③ 3.④ 4.② 5.② 6.① 7.②&③ 8.④ 9.② 10.③

Bài 14

1.② 2.③ 3.③ 4.② 5.③ 6.④ 7.③ 8.② 9.③ 10.④

Bài 15

1.③ 2.③ 3.③ 4.② 5.④ 6.①&④ 7.③ 8.① 9.② 10.①

한국인을 위한
베트남어 길잡이 ❷ 개정판

초판 1쇄 발행 2014년 8월 10일
초판 2쇄 발행 2018년 8월 17일

지은이 송정남
발행인 김인철
총괄 · 기획 가정준 Director, University Knowledge Press
편집장 신선호 Executive Knowledge Contents Creator
도서편집 박현정 Contents Creator
전자책편집 이리나 e-Contents Creator
재무관리 문수진 Managing Creator
사전 · 출판 정준희 Contents Creator
마케팅 파트장 백승이 Chief Marketing Creator
마케팅 이현진 Marketing Creator
발행처 한국외국어대학교 지식출판콘텐츠원
02450 서울특별시 동대문구 이문로 107
전화 02)2173-2493~7
팩스 02)2173-3363
홈페이지 http://press.hufs.ac.kr
전자우편 press@hufs.ac.kr
출판등록 제6-6호(1969. 4. 30)
디자인 · 편집 (주)이환디앤비 02)2254-4301
인쇄 · 제본 네오프린텍 02)718-3111

ISBN 978-89-7464-929-6 14730 정가 20,000원
ISBN 978-89-7464-927-2 (세트)

*잘못된 책은 교환하여 드립니다.

HUiNE은 한국외국어대학교 지식출판콘텐츠원의 어학도서, 사회과학도서, 지역학 도서 Sub Brand이다. 한국외대의 영문명인 HUFS, 현명한 국제전문가 양성(International +Intelligent)의 의미를 담고 있으며, 휴인(携引)의 뜻인 '이끌다, 끌고 나가다'라는 의미처럼 출판계를 이끄는 리더로서, 혁신의 이미지를 담고 있다.